D1763859

நூலாசிரியர் விநாயகமூர்த்தி சிவசாமி (1933-2014) யாழ்ப்பாணப் பல்கலைக்கழகத்தின் ஓய்வுபெற்ற பேராசிரியரும் தமிழறிஞரும் ஆவார். புங்குடுதீவிலுள்ள இறுப்பிட்டி என்னும் ஊரில் பிறந்தவர். பேராதனைப் பல்கலைக்கழகத்திலும் இலங்கைப் பல்கலைக்கழகத்திலும் தமிழ், வரலாறு ஆகிய துறைகளில் பட்டங்களையும் பாளி மொழி, இந்திய வரலாறு ஆகியவற்றுடன் சம்ஸ்கிருதத்தில் சிறப்புப் பட்டமும் பெற்றவர். இந்துப் பண்பாடு, தொல்லியல், நுண்கலை போன்றவற்றில் பரந்த அளவில் ஈடுபாடு கொண்டவர். யாழ்ப்பாணக் கல்லூரியிலும் பேராதனைப் பல்கலைக்கழகத்திலும் விரிவுரையாளராகவும் சம்ஸ்கிருதப் பேராசிரியராகவும் பணியாற்றிய சிவசாமி வரலாறு, இந்து நாகரிகம் ஆகிய பாடங்களையும் கற்பித்தார். யாழ்ப்பாணத் தொல்லியல் கழகத்தின் நிறுவனச் செயலாளராகவும் பணியாற்றினார். யாழ்ப்பாணத்திலிருந்து வெளிவந்த பூர்வகலா என்னும் முதலாவது தொல்லியல் ஆய்விதழை வெளியிட்டார். *திராவிடர்: ஆதி வரலாறும் பண்பாடும்* (1973), *தென்னாசியக் கலை மரபில் நாட்டிய சாஸ்திர மரபு* (1992), *தொல்பொருளியல்: ஓர் அறிமுகம்* (1972) உள்படப் பல நூல்களைத் தமிழிலும் ஆங்கிலத்திலும் எழுதி இருக்கிறார்.

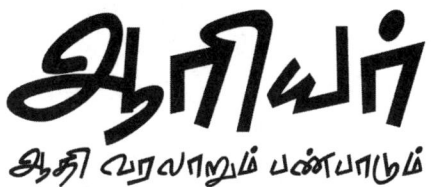

ஆரியர்

ஆதி வரலாறும் பண்பாடும்

வி. சிவசாமி

அடையாளம்

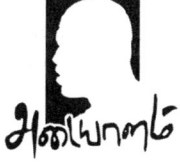

முதல் இந்தியப் பதிப்பு 2023
© மா. மோகனகிருஷ்ணன்

இந்த நூலின் முதல் பதிப்பு 1976ஆம் ஆண்டு இலங்கை, யாழ்ப்பாணத்தில் கலைவாணி அச்சகத்தால் வெளியிடப்பட்டது, மீள்பார்வையிடப்பட்ட இந்தப் பதிப்பை, இக்கால வாசிப்புக்கேற்ப மேம்படுத்தப்பட்ட இந்தியப் பதிப்பாக அடையாளம் வெளியிடுகிறது.

வெளியீடு: அடையாளம், 1205/1 கருப்பூர் சாலை, புத்தாநத்தம் 621310, திருச்சி மாவட்டம், இந்தியா, தொலைபேசி: 04332 273444, 9444 77 26 86

நூல் வடிவம்: த பாபிரஸ், அச்சாக்கம்: அடையாளம் பிரஸ், இந்தியா
ISBN 978 81 7720 350 9
விலை: ₹ 150

Aariyar: Aathivaralaarum panpaatum is a book on Aryans: The Early History and Culture in Tamil by V. Sivasamy, Published by Adaiyaalam, 1205/1 Karupur Road, Puthanatham 621310, Thiruchirappalli District, Tamilnadu, India, email: info@adaiyaalam.net

வரலாற்றுச் சிந்தனைக்கு
என்னை ஆற்றுப்படுத்திய
ஆசான்களுக்கு

பொருளடக்கம்

	அறிமுகம் - முனைவர் பக்தவத்சல பாரதி	vii
	முதல் பதிப்பின் முன்னுரை	xi
1	ஆரியர்	1
2	ஆதி இருப்பிடம்	3
3	இந்தோ-ஆரிய, இந்தோ-ஈரானியத் தொடர்புகள்	9
4	இந்தோ ஐரோப்பிய மொழிகள்	11
5	ஆரியரின் ஆதி இருப்பிடம் ஆசியாவிலா...	13
6	ஆரியரின் புலப்பெயர்வுகளும் காலமும்	17
7	இந்தியாவில் ஆரியர்	26
8	வேத இலக்கியம்	28
9	வேதங்களின் காலமும் வரலாற்று இயல்பும்	31
10	வேதகாலத்தில் ஆரியர் வாழ்ந்த இடங்களும் குழுக்களும்	34
11	வேதகால அரசியல் நிலை	41
12	வேதகாலச் சமய தத்துவ நிலை	48
13	வேதகாலச் சமூக நிலை	61

14	வேதகாலப் பொருளாதார நிலை	73
15	பிற்காலம்	78
	குறிப்புகள்	84
	உசாத்துணை	96
	சுட்டி	100

அறிமுகம்

முனைவர் பக்தவத்சல பாரதி
தகைசால் பேராசிரியர், தமிழ்ப் பல்கலைக்கழகம், தஞ்சாவூர்

ஆரியரின் வரலாறும் பண்பாடும் அகவய, புறவயப் பரிமாணங்கள் கொண்டவை. உலகின் பல தேச பூகோளத்தோடு தொடர் புடையவை; அவர்கள் குறிப்பிடும் சரஸ்வதி ஆறு இந்தியாவில் ஓடவில்லை; ஈரானில் ஓடுகிறது. ஸ்டெப்பிப் பகுதியிலிருந்து கிளம்பியவர்கள் மத்திய ஆசியா வழியாகப் பல காலம் வாழ்ந்து நகர்ந்து வரும்போது சரஸ்வதியைத் தம் சமூக ஞாபகத்தில் கொண்டுவந்து இங்குப் பதியமிட்டார்கள்.

ஆரியர்கள் பற்றிய புறவயமான எழுத்துகள் மிக அதிகமாக உள்ளன. அகவய மீளுருவாக்கம் மிகக் குறைவு. இதைப் பேராசிரியர் வி. சிவசாமி இந்த நூலில் முன்னெடுத்திருக்கிறார்.

நூலாசிரியர் பாளி மொழி, இந்திய வரலாறு ஆகியவற்றை முறையாகப் பயின்றவர்; சம்ஸ்கிருதத்தில் சிறப்புப் பட்டம் பெற்றவர். யாழ்ப்பாணத் தொல்லியல் கழகத்தின் நிறுவனச் செயலராகவும் பங்காற்றியவர். மேலும், பேராதனைப் பல்கலைக் கழகம், இலங்கைப் பல்கலைக்கழகம் ஆகியவற்றில் பயின்று, யாழ்ப்பாணப் பல்கலைக்கழகத்தில் பணியாற்றியவர். இந்தப் பின்புலத்துடன் ஆரியரின் அகவய மீளுருவாக்கத்தை மேற் கொண்டார் எனலாம்.

சிவசாமி இந்த நூலை எழுதியதற்கு முன்பு திராவிடர் ஆதி வரலாறும் பண்பாடும் (1973) எனும் நூலையும் எழுதியிருக்கிறார். இந்தப் பின்புலத்தில் பார்த்தால் திராவிடர், ஆரியர் எனும் இரண்டு பெரும் தேசிய இனங்களின் ஆதி வரலாற்றையும்

பண்பாட்டையும் ஈழப் புலத்தில் நின்று பாளி, சம்ஸ்கிருதப் பின்னணியில் பேசுவது இந்த நூலின் தனித்துவமாகும்.

சிவசாமி ஆரியர்களின் ஆதி வரலாற்றையும் பண்பாட்டையும் ஒரு முழுமுதலான கண்ணோட்டத்தில் (ஹோலிஸ்டிக் அப்ரோச்) அணுகியிருக்கிறார். அவர்களின் ஆதி இருப்பிடம், இந்தோ-ஆரிய-ஈரானியத் தொடர்புகள், இந்தோ-ஐரோப்பியர் மொழிகளுடன் கொண்டிருக்கும் உறவு, புலப்பெயர்வு, அதன் காலமும் இடமும், இந்தியாவில் ஆரியர், வேத இலக்கியம், வேதகால ஆரியர், அவர்களின் சமூகம், சமயம், தத்துவம், பொருளாதாரம், ஆரியர்களின் பிற்காலம் எனப் பரந்த களங்களில் உசாவியிருக்கிறார். இந்த முழுமுதலான அணுகுமுறையும் அகவயமான பார்வையும் மாறுபட்ட புரிதலைத் தருகின்றன. இதுவே இந்த நூலின் தேவையும் பயனும் என உணர்த்துகிறார்.

பாளி, சம்ஸ்கிருதப் பின்னணியில் தேடியுள்ள தரவுக் களமும் அவற்றை நீள அகல ஆழ வாக்குகளில் இணைத்தறியும் தொகுப்பாய்வும் பகுப்பாய்வும் (டிடக்டிவ் அண்ட் இண்டக்டிவ் மெதட்ஸ்) நூலாசிரியருக்கு ஆழமான புரிதல்களைக் கொடுக்கின்றன. மிகச் சுருக்கமாகச் சொன்னால் ஆரியர் பற்றிய ஒரு நீள்பார்வையும் ஆழ்பார்வையும் நமக்கு வசமாகியுள்ளன.

வடமொழியானது கிரேக்கம், லத்தீன், பாரசீகம் பிற ஆரிய மொழிகளுடன் இலக்கண உறவுடையதாக மட்டுமில்லாமல், அந்த மொழிகளை விட வளமானதாகவும் முழுமையானதாகவும் இருப்பதால், ஆரியரின் தோற்றம், பரவல் ஆகியவற்றை மொழிவழி மீட்டுருவாக்க முடிகிறது என்கிறார் சிவசாமி. ஈரானில் ஆரியரின் சுவடுகள் உள்ளதை மொழிவழிக் காட்டுகிறார். தொல்லியல், இலக்கியம், மொழியியல், தொன்மை வரலாறு முதலிய சான்றுகளைத் தொகுத்து ஆரியர்கள் கிமு 2000 வாக்கில் இந்தியா நோக்கி அலை அலையாக வந்ததை சிவசாமி நிறுவுகிறார்.

இந்தியவியல் அறிஞர் மாக்ஸ்முல்லார், ஏ. எல். பாசம், தொல்லியலாளர் ஸ்ருவர்ட் பிக்கோட், மொழியியலாளர் தாமஸ் பர்ரொவ் முதலான பல அறிஞர்களின் ஆய்வுகளை அடியொற்றி ரிக் வேதகாலம் கிமு 1800-1100 எனவும் பிந்திய வேதகாலம்

கிமு 1100-500 வரை எனவும் ஆராய்கிறார் சிவசாமி. வேதங்கள், உடநிடதங்கள், பிராஹ்மணங்கள் முதலான இலக்கியச் சான்றுகளின் அகவயக் கூறுகளைக்கொண்டு இவற்றின் காலத்தை மட்டுமில்லாமல் ஆரியர்களின் வருகை, பரவல், வேதகால முடிவு முதலானவற்றையும் ஆராய்கிறார்.

வேதகாலத்தின் அரசியல் நிலையை விவரிக்கும் போதும் அகவயச் சான்றுகளை மிகவும் விரிவாக அலசுகிறார் நூலாசிரியர். அரசன் பிரஜாபதியின் வடிவமாக இருந்தது முதல் பல்வேறு படிநிலை வளர்ச்சிகளையும் தக்க சான்றுகளுடன் ஆராய்கிறார். முடியாட்சியின் பல்வேறு பரிமாணங்கள் எவ்வாறு தோன்றி வளர்ந்தன என்பதையும் விளக்குகிறார்.

வேதகாலச் சமய தத்துவ நிலைகளைச் சிவசாமி அலசியிருக்கும் முறையும் அது ஆரியரின் விண்ணுலகத் தெய்வங்களாகவும் பூவுலகத் தெய்வங்களாகவும் எவ்வாறு அவர்களின் வாழ்வியலைத் தனித்துவமாக்கின என்று ஆராய்ந்திருக்கும் முறையும் இந்த நூலின் முக்கிய பங்களிப்புகளில் ஒன்றாகும். வேத உபநிடதங்களில் வரும் சமய நிலைகளையும் தத்துவப் போக்குகளையும் மிக நுட்பமாக அலசியிருக்கிறார். உபநிடதங்களில் காணப்படும் மறைஞானக் கோட்பாடுகளை விவரிக்கும் பகுதி மிகவும் முக்கியமானது. பௌத்தம், சமணம், ஆஜீவிகம் முதலானவற்றோடு ஆரியரின் கோட்பாடுகள் வேறுபடும் முறைகளை மிகச் சிறப்பாக ஒப்பிட்டுக் காட்டுகிறார்.

இந்த நூலின் பிற்பகுதி வேதகாலச் சமூக நிலையையும், பொருளாதார நிலையையும், பிற்கால மாற்றங்களையும், வளர்ச்சியையும் தரவுகளின் பின்னணியில் நுட்பமாகப் பகுப்பாய்வு செய்து விவரிக்கின்றது. வேள்விகளுக்கான பருவம், நாள் முதலியவற்றை அவதானிக்க வானநூல் வளர்ந்தது. வேள்விகளுக்கான பலிபீட அமைப்பை அவதானிக்க கேத்திரகணிதம் வளர்ந்தது. பலி விலங்குகளை இடுவதற்கு உடற்கூறு அறிவு வளர்ந்தது. இவ்வாறு ஆரியர்களின் அறிவு முறை, சமய சாத்திர முறை, தத்துவமுறை முதலியன எவ்வாறு பரிணமித்தன என்பதையும் மிகத் தெளிவாக நூலாசிரியர் விவரிக்கிறார். ஆரிய சமூகத்தின் உட்கூறுகள், அவற்றின் ஒழுங்கமைப்பு,

அசைவியக்கம், இவை யாவும் இங்கிருந்த பூர்வ முறையில் ஏற்படுத்திய தாக்கம் முதலானவற்றை வெகு நேர்த்தியாக விவரிப்பது புதியதாய் இருக்கிறது. மேலும், யஜ்ஞமே ஆரிய சமூகக் கூட்டமைப்பின் (கம்யூன்) உற்பத்தி முறையைக் குறிக்கிறது என்பதை மிக நேர்தியாக இந்த நூலில் விவாதித் திருக்கிறார்.

இந்த நூலின் இறுதி இயலில் நூலாசிரியர் ஆரியர்களின் பிற்கால நிலையைக் குறிப்பிடுகிறார்; ஆரியர் எவ்வாறு ஆரியரல்லாத மக்களை இணக்கப்படுத்த முயன்றனர், வைதிகச் சமயம் எவ்வாறு இந்தத் துணைக் கண்டத்தில் பல்வேறு மதங் களையும் தன்வயப்படுத்தியது போன்றவற்றை மிகவும் நுட்பமான தரவுகளுடன் காட்சிப்படுத்துகிறார்.

இந்திய வரலாற்றில் ஆரியரின் வரலாற்றையும் பண்பாட்டையும் ஓர் அகவய மீளுருவாக்கமாக அறிய முனையும் மிகச் சிறந்த நூலாக இது அமைந்துள்ளது. இந்தப் பொருள் பற்றி மிகச் சுருக்கமான அறிமுக நூலாக விளங்குவது இந்த நூலின் பெறுமதியாகும்.

முன்னுரை*

ஆரியரின் ஆதிவரலாறு பற்றிச் சுருக்கமாகவும், தென் ஆசியாவில் அவர்களின் தொடக்ககால (வேதகால) வரலாறு பற்றிச் சற்று விரிவாகவும் இந்த நூலில் எடுத்துரைக்கப்படுகிறது. இவர்களைப் பற்றிப் பல நாட்டறிஞர்கள்-வரலாற்றாசிரியர், தொல்லியல் ஆய்வாளர், மானிட நூலாசிரியர் முதலிய பல திறப்பட்டோர் சுருக்கமாகவும், விரிவாகவும் ஆராய்ந்துள்ளனர். இவர்களில் முக்கியமான பலர் கூறியுள்ளவற்றைத் தமிழில் கூறுவதே ஆசிரியரின் முதன்மை நோக்கங்களில் ஒன்றாகும். இவர்கள் அனைவருக்கும் நூலாசிரியர் பெரிதும் நன்றியுடையவர்.

உலகில் நிலவுகின்ற மொழிக் குடும்பங்களில், ஆரிய மொழிக் குடும்பம் முக்கியமான இடம் ஒன்றை வகிக்கின்றது. தமிழுடன் நெடுங்காலமாக நெருங்கிய உறவுகொண்டு விளங்கும் வடமொழி இந்த மொழிக் குடும்பத்தைச் சேர்ந்ததே. ஒரு வகையில் நூலாசிரியர் 1973இல் வெளியிட்டுள்ள திராவிடர்: ஆதிவரலாறும் பண்பாடும் என்ற சிறு நூலின் தொடர்ச்சியாக இதைக் கொள்ளலாம். இந்திய நாகரிகத்தைக் கட்டியெழுப்பிய இரு பெரும் பண்பாட்டுக் குழுவினரான திராவிடரையும், ஆரியரையும் பற்றிச் சற்று விரிவாக அறிந்திருத்தல் நன்று. திராவிடர், ஆரியர் தொடர்புபற்றி ஆங்காங்கே அந்த நூலில் குறிப்பிடப்பட்டவை விரிவஞ்சி இந்த நூலில் கூறாமல் விடப்பட்டுள்ளன. இரண்டையும் ஒன்றன்பின் ஒன்றாக வாசித்தல் நன்று.

இந்த நூலில் ஆரியரின் ஆதி நாகரிகம், புலப்பெயர்ச்சி, இந்தியாவுக்கு வந்த ஆரியரின் தொடக்ககால நாகரிக நிலை, அதன்

---
* இந்த முன்னுரை முதல் பதிப்புக்காக எழுதப்பட்டது.

வளர்ச்சி முதலியன எடுத்துரைக்கப்பட்டுள்ளன. இந்தியாவில் அவர்கள் தனித்து அன்றித் திராவிடர், ஆதி-ஒஸ்ரலோயிட் முதலிய பிற மக்களோடும் சேர்ந்துதான் ஆதி இந்திய நாகரிகத்தைக் கட்டியெழுப்பினர். ஆகவே வேதகால நாகரிகமெனக் கூறப் பட்டுள்ளவை மேற்குறிப்பிட்ட மக்களோடும் சேர்ந்து ஏற்பட்டவை. ஆனால், இந்த நாகரிகம் பற்றி அறிதற்கான இலக்கிய மூலங்கள் ஆதி வடமொழியில் இருப்பதால், இவ்வாறு இந்த நூலில் கூறப்பட்டுள்ளது.

ஆரியரைப் பற்றி எனது பட்டப்படிப்புகளைவிட, இலங்கைப் பல்கலைக்கழகத்திலும், யாழ்ப்பாணக் கல்லூரிப் பட்டதாரித் திணைக்களத்திலும், யாழ்ப்பாண வளாகத்திலும் கலைமானி வகுப்பு மாணவர்களுக்கு எடுத்துரைக்கும் வாய்ப்புகள் கடந்த பல ஆண்டுகளாக ஏற்பட்டன. இதனால் இந்த விடயம் பற்றி விரிவாக வாசிக்கவும் சிந்திக்கவும் வேண்டியதாயிற்று. இதைப் பற்றி எழுதிய அறிஞர் பலரின் கருத்துகளடங்கிய நூல்கள் தமிழில் மிகவும் குறைவு. எனவே, இத்தகைய முயற்சியில் ஈடுபட்டு வருகிறேன்.

இது ஒரு சிறு நூலாகக் காணப்படினும், தொடர் கட்டுரை யாகவே அமைந்துள்ளது. இதில் கூறப்பட்டுள்ள பல பிறமொழிச் சொற்களைத் தவிர்க்கமுடியாத காரணங்களால் உள்ளவாறே எழுத முடியவில்லை. இதனை அறிஞர்கள் அவ்வளவு பொருட் படுத்த மாட்டார்களாக.

இந்த நூலிலுள்ள கருத்துகளில் குறிப்பாக உபநிஷத தத்துவம் பற்றி என்னுடைய ஆசிரியர் கலாநிதி ம. த. பாலசுப்பிரமணியம் அவர்களிடம் பயின்று ஐயப்பாடுகளில் தெளிவு பெற்றேன். அவருக்கு எனது நன்றி என்றும் உரியது.

இதை எழுதுவதற்கான பல நூல்களையும் கட்டுரைகளையும், பேராதனை வளாக நூலகத்திலும், யாழ்ப்பாண வளாக நூலகத் திலும் பயன்படுத்தியுள்ளேன். குறிப்பாக, பேராதனை வளாக நூலகத்தைச் சேர்ந்த நண்பர் ஏ. துரைசுவாமி அவர்கள் இந்த விடயம் பற்றிய தகவல் தேட்டத்திற்கு அரும்பெரும் உதவி செய்துள்ளார்.

இந்த நூலை வெளியிடுவதற்கான தாள்களைக் குறைவின்றிப் பெறுவதற்கு அனுமதி வழங்கிய கிழக்கு இலங்கைக் கடதாசிக்

கூட்டுத்தாபனத் தலைவர் கே. சி. தங்கராஜா அவர்களும் இதை அச்சிட்டு உதவிய கலைவாணி அச்சகத்தாரும், குறிப்பாக முன்னின்று முகமலர்ச்சியுடன் உதவிய நண்பர் திரு.க.முருகேசு அவர்களும் நினைவுக்குரியவர்கள்.

நூலாக்கப் பணியின் போது ஊக்கியும், பிரசுரிக்கும்போது இதன் அமைப்புப் பற்றிய ஆலோசனைகளைக் கூறியும் உதவிய நண்பர் ஆ. சிவநேசச் செல்வன் அவர்களுக்கும், பல வழிகளில் ஊக்கி உதவி செய்த ஏனைய நண்பர் அனைவருக்கும் மனப் பூர்வமான நன்றி உரியது.

காய்தலுவத்தலகற்றி யொருபொருட்கண்
ஆய்தலறிவுடையார்க் கண்ணதே.

வி. சிவசாமி

வைகாசித் திங்கள், 1976
யாழ்ப்பாண வளாகம்
திருநெல்வேலி

ஆரியர்

ஆதி வரலாறும் பண்பாடும்

வேதகால இந்தியா

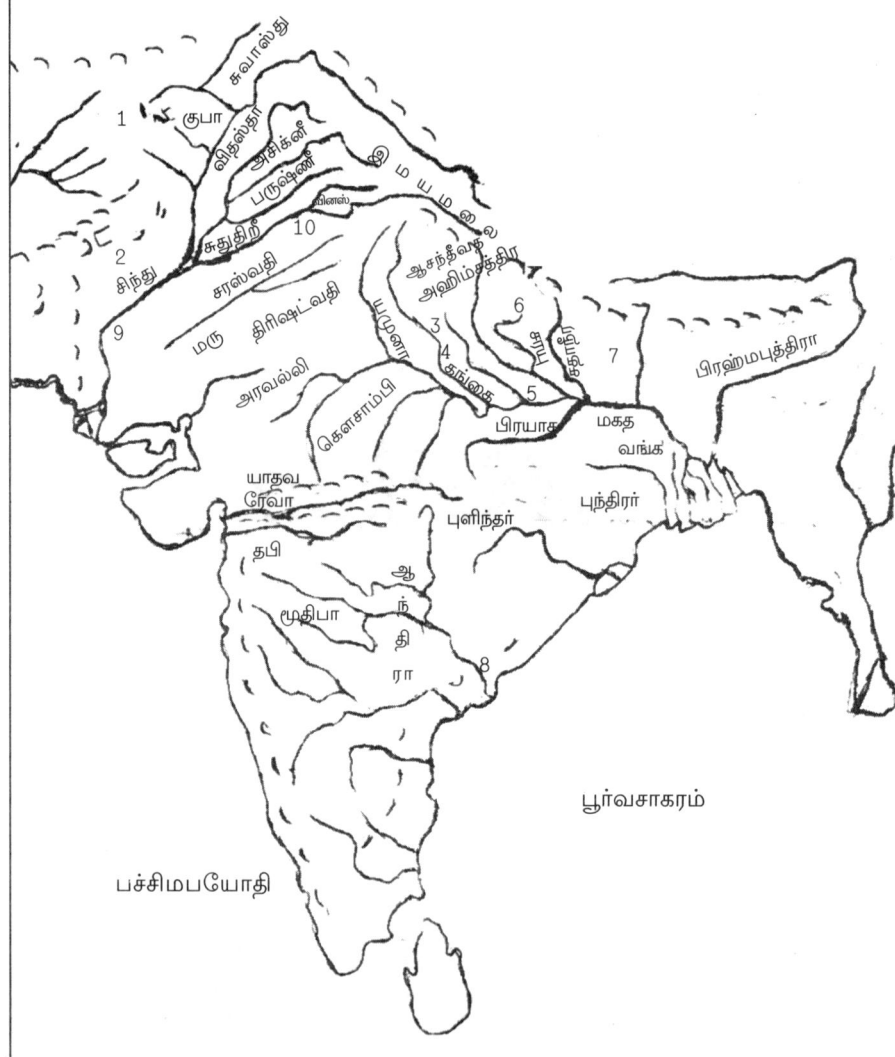

1. கைபர் கணவாய், 2. போலன் கணவாய், 3. பசிசக்ர,
4. காம்பில்ய, 5. காசி, 6. கோசல, 7. விதேஹ, 8. கோதாவரி,
9. மொஹெஞ்ச-தாரோ, 10. ஹரப்பா.

1

ஆரியர்

இந்தியாவிற்குக் குறிப்பிடத்தக்க தொண்டு செய்தோரில் ஆரியர் முக்கியமான இடத்தைப் பெறுகின்றனர். ஆரியர் என்ற பதம் வரையறுக்கப்பட்ட ஓரினத்தையன்றிக் குறிப்பிட்ட மொழி, பண்பாட்டைக்கொண்ட மக்களையே குறிப்பதாகும்.[1] ஆனால் அறிஞர்களில் ஒருசாரார் இந்தப் பதம் இனத்தைக் குறிக்கும் எனவும் கொள்வர். எவ்வாறாயினும் பிற மக்கள் பலரிலும் பார்க்க இவர்களின் செல்வாக்கு இந்தியாவில் மேம்பட்டுக் காணப் படுகின்றது. இவர்களும் திராவிடரும் ஆதி-ஒஸ்ரலோயிட் போன்ற பிறரும்[2] ஒன்றுபட்டு உருவாக்கியதே புகழ்பெற்ற இந்தியப் பண்பாடாகும்.

இந்த ஆரியர் எங்கிருந்து வந்தாலும் அவர்களின் வீரம், துணிச்சல், நாகரிக வளர்ச்சி ஆகியன குறிப்பிடத்தக்கன. இந்தியா விற்கும் பிற இடங்களுக்கும் இவர்கள் சென்று அந்தந்த இடங்களில் நிலவிய மேம்பட்ட மேம்படாத பண்பாடுகளைச் சில வேளைகளில் அழித்துத் தமது பண்பாட்டைத் திணித்தனர்; சில சமயங்களில் தம்மிலும் மேம்பட்ட பண்பாடுள்ள மக்களை வென்றபோது, அந்த மக்கள் பண்பாட்டைத் தாம் ஏற்றுக்கொள்ளத் தயங்கியதும் இல்லை. தேவையான, தவிர்க்க முடியாத வேளைகளில் உடன்பாடு செய்தும் வந்தனர். தம்முடன் உறவாடிய, தொடர்பு கொண்ட பிற மக்களின் பண்பாடுகள் வளர்ச்சியடையவும் பல வேளைகளில் உதவியளித்தும் வந்தனர்.[3] இந்தியாவில் ஆரிய மொழியின் முக்கியத்துவத்தை முதுபெரும் மொழியியல் வல்லுநர் சுநீதிகுமார் சட்டர்ஜி பின்வருமாறு குறிப்பிடுகிறார்.

இந்தியாவில் நம் முன்னோர் விட்டுச் சென்றுள்ள மிகப்பெரிய செல்வங்களில் ஆரிய மொழியும் ஒன்றாகும். மேலான

> ஒழுங்குமுறையுடன், நெக்கிறிற்றோ, ஆதி-ஒஸ்ரலோயிட் (திராவிட முதலிய) பல வகையான மக்கள் கூட்டங்களை ஒருங்கு இணைத்தவர்கள் ஆரியரே. இவ்வாறு ஏற்பட்ட ஒருமைப்பாட்டில் சில இடங்களில் இதன் கூறுகள் இரண்டறக் கலந்துவிட்டன; சில இடங்களில் மேலெழுந்தவாரியாகவே ஒன்றுபடுத்தப்பட்டுள்ளன. இந்திய மக்களின் வரலாறு, சமயம், தத்துவம்—இந்தியாவின் தனிச் சிறப்பான பண்பாடு ஆகியன உருவாவதற்கு மிக முக்கியமான காரணிகளில் ஒன்றாக ஆரிய மொழி இலங்கிற்று. ஒஸ்ரிக் மொழி பேசிய மக்களும், திராவிடமும் அமைந்த அடித்தளத்தின் மேல்தான் ஆரியர் கட்டத் தொடங்கிய கூட்டான பண்பாடு இந்திய மண்ணில் மலர்ந்தது. இந்தப் பண்பாட்டை வெளிப்படுத்தும் வாயிலாகவும், இதன் சின்னமாகவும் இந்த ஆரியமொழி விளங்கிற்று. வடமொழி, பாளி, வடமேற்குப் பிராகிருதம், அர்த்தமாகதி, அபப்பிரம்சம் முதலியனவாகவும், பிற்காலத்தில் ஹிந்தி, குஜராத்தி, மராத்தி, ஒரிய, வங்காளி, நேபாளி முதலிய பல மொழிகளாகவும் இந்த ஆரியமொழி கிளைத்து வளர்ந்தது. இவ்வாறாக இந்த மொழி வெவ்வேறு காலங்களில் வெவ்வேறு ஆட்சிநிலப் பகுதிகளில் இந்தியப் பண்பாட்டுடன் அழிக்க முடியாத வகையில் ஒருங்கு இணைந்துவிட்டது.[4]

ஆரிய என்ற பதம் உயர்குடிச் சேர்ந்தது, மிகநேர்மையுள்ள, சிறப்பு வாய்ந்த, பெருந்தன்மையுடைய, மிக மரியாதையுள்ள முதலிய பல கருத்துகள் கொண்டதாகும்.[5]

ஆரியர் 'நோர்டிக்' எனவும் அழைக்கப்படுவர். தொடக்கத்தில் இவர்கள் உயரமானவர்கள்; வெண்ணிறமுடையவர்கள்; மஞ்சள் அல்லது பொன்நிறக் கேசம் உடையவர்கள்; நீலக்கண்கொண்டிருந்தனர். இத்தகையோராகவே வேத இலக்கியத்தில் இவர்கள் ஓரளவு காட்சியளிக்கின்றனர். ஆனால் காலப்போக்கில் புதிய இருப்பிடத்தின் தட்பவெப்பநிலை வேறுபாடு, பிறமக்களுடன் கொண்டிருந்த தொடர்பு முதலியவற்றால் நிறம் போன்றவற்றில் மாற்றங்கள் ஏற்பட்டன. ஆனால், மேற்குறிப்பிட்ட இயல்பு கொண்டோரை வட இந்தியாவின் சில பகுதிகளிலும், 'மஹாராஷ்டிரம்' போன்ற இடங்களிலும் காணலாம்.[6]

□

2
ஆதி இருப்பிடம்

ஆரியரின் ஆதி இருப்பிடம் பற்றி முற்றிலும் முரண்பட்ட கருத்துகளும் அறிஞரிடையில் நிலவுகின்றன. இவர்கள் இந்தியாவின் பூர்வீகக் குடிகள் என ஒரு சாராரும், வெளியே யிருந்து வந்தவர்கள் எனப் பிறிதொரு சாராரும் கூறுகின்றனர். இவ்விரு வகையான கருத்துடையோரிடத்தும் தனிப்பட்ட வகையில் கருத்துவேறுபாடுகள் உள்ளன. இவற்றைத் தொகுத்துக் குறிப்பிடலாம்.

ஆரியரின் ஆதி இருப்பிடம் இந்தியா எனக் கொள்ளுவோரில் எம். எம். ஜா. பிரஹ்மர்ஷி தேசம் என்பர். கலாநிதி டி.எஸ். திரிவேதி முல்தானிலுள்ள தேவிகா ஆற்றுப் பிரதேசம் என்பர்; எஸ். டி. கல்ல காஷ்மீர் ஹிமாலயப் பிரதேசம் என்பர். ஏ. சி. தாஸ், கே. எம். முன்ஷி சப்த சிந்து அல்லது பஞ்சாப் என்பர். இவ்வாறு கொள்ளுவோரில் சிலர் ஆரியர் இந்தியாவிலிருந்து மேற்கேயுள்ள பிற இடங்களுக்கும் சென்றனர் எனக்கூறுவர்.[7]

இந்த அறிஞர்களின் கருத்துப்படி, ஆரியர் வேற்று நாட்டவர் என்பதற்கோ, புலம்பெயர்ந்ததற்கோ தக்க சான்றுகள் இல்லை. இருக்கும் வேதகால ஆரியர் சப்த சிந்துப் பகுதியையே தெய்வத்தால் ஆக்கப்பட்ட தேசமாகவும் தாயகமாகவும் கொண்டனர். புலம்பெயர்ந்து செல்வோர் தமது தாயகத்தைப் பல நூற்றாண்டுகளின் பின்னரும் நினைவுகூருவர். ஆனால், ஆரியர் இவ்வாறு செய்திலர். ஆதி வடமொழிக்கும், ஆதி-ஈரானிய மொழிக்கும், ஐரோப்பிய மொழிகளுக்குமிடையில் காணப்படும் ஒற்றுமை இயல்புகள் புலப்பெயர்ச்சிக்கான சான்றுகளல்ல.

மேலும் வேத இலக்கியம் மிகப் பழமையானது. வெளியிலிருந்து இவர்கள் வந்தவரெனின் ஏன் வரும் வழியில் இலக்கியம் இயற்றவில்லை? இந்தியாவிற்கு வந்த பின்னரே இவர்கள் பண்பாட்டு மேன்மையடைந்தனர் எனக் கூற முடியாது. இந்தியாவிலிருந்தே இவர்கள் வெளியே சென்றிருப்பர். வேள்விச் சடங்குகள் இருக்கு (ரிக்) வேதம் தொகுக்கப்படும் முன்னரே இந்தியாவில் ஏற்பட்டுவிட்டன.[8]

ஆனால், மேற்குறிப்பிட்ட கருத்துகளை ஏற்றுக்கொள்ள முடியாதிருக்கிறது. முதலாவதாக, இந்தியாவே அவர்களின் ஆதி இருப்பிடமாயின், அது முழுவதையும் ஆரியமயமாக்கிய பின்னரே வடமேற்கு எல்லையைக் கடந்து ஈரானுக்கும், பிற மேற்கு ஆசிய நாடுகள், ஐரோப்பா ஆகிய இடங்களுக்கும் சென்றிருப்பர். வரலாற்றுக் காலத்தில் இத்தகைய மக்கள் புலப்பெயர்வு வடமேற்கு எல்லையினூடாக நடைபெறவில்லை. இந்தியாவின் தென் பகுதியில் திராவிட மொழிகள் பரந்து நிலவுவதே ஆரியர் வெளியே இருந்து வந்தமைக்குத் தக்க சான்று எனலாம். மேலும் வேத இலக்கியம் முழுவதையும் கூர்ந்து கவனிக்கும்போது ஆரியர் படிப்படியாக வடமேற்கு இந்தியாவிலிருந்து கங்கைச் சமவெளிக்கும் பிறகு தக்கணம், தென்னிந்தியா ஆகியவற்றுக்கும் சென்றதை அவதானிக்கலாம். அடுத்தபடியாக, வடமொழியுடன் தொடர்புள்ள பிறமொழிகள் ஐரோப்பாவிலேயே நெருங்கிக் காணப்படுகின்றன. ஆனால், ஆசியாவில் வடமொழியுடன் தொடர்புள்ள மொழிகள் சிதறிச் சில இடங்களில்தான் நிலவு கின்றன. மேலும் இந்தியாவின் காலத்தால் முந்திய சிந்து சமவெளி நாகரிகம் (ஹரப்பாப் பண்பாடு) ஆரியர் சார்பற்றது எனப் பல அறிஞர் கருதுகின்றனர்.[9]

எனவே, ஆரியரின் ஆதி இருப்பிடம் இந்தியாவிற்கு வெளியே உள்ளது எனலாம். இதை அறிய இருக்குவேதம் (ரிக் வேதம்), ஆதிகிரேக்கர், ஆதி-ஈரானியர் போன்ற பிற ஆரியரின் புராதன நூல்கள், தொல்பொருள்கள், ஒப்பியல் மொழிநூல், மானிடவியல் நூல் போன்றவற்றையே துணையாகக்கொள்ள வேண்டியுள்ளது. இவற்றைத் துணைகொண்டு மிகவும் முற்பட்டகால ஆரியரின் நாகரிகம், நடமாட்டங்கள், புலப்பெயர்வு ஆகியவற்றை ஓரளவு ஊகிக்கலாம்.

ஐரோப்பாவின் தொன்மை மொழிகளான கிரேக்கம், லத்தீன் போன்றவற்றையும், வடமொழியையும் பயின்ற மேனாட்டறிஞர் பலர் இவற்றிடையே நிலவிய ஒற்றுமை இயல்புகளைக் கண்டு வியப்புற்றனர். இவை ஒரே மூலத்திலிருந்து முகிழ்த்திருக்கலாம் என முடிவு கட்டினர். எடுத்துக்காட்டாக,

வடமொழியின் தொன்மை எவ்வாறாயினும், அது வியக்கத்தக்க அமைப்புக் கொண்டது; கிரேக்கத்தைவிட முழுமையானது; லத்தீனைவிட வளமுள்ளது. இந்த இரண்டு மொழிகளையும் விட மிகவும் நேர்த்தியானது; அப்படியாயினும் வினையடிச் சொற்கள், இலக்கண வடிவங்கள் ஆகியவற்றில் இந்த இரண்டு மொழிகளுடன் தற்செயலாக ஏற்பட்டிருக்க முடியாத நெருங்கிய தொடர்புள்ளதாய்க் காணப்படுகின்றது. இந்தத் தொடர்பு மிகவும் வலுவாகக் காணப்படுவதால், இவற்றை ஆராயும் மொழியியலாளர் எவரும் இவை அனைத்தும் ஒரு பொது மூலத்திலிருந்து தோன்றியவை என்பதை நம்பாது விட மாட்டார். கோதிக், கெல்ரிக் போன்றவையும் வடமொழி மூலத்தைக் கொண்டவையே. பழைய பாரசீக மொழியும் இதே குடும்பத்தைச் சேர்ந்ததே,[10]

என்ற கருத்தைச் சர் வில்லியம் ஜோன்ஸ் என்பவர் 1786இல் வங்காளத்திலிருந்து வேத்தியல் ஆசியக் கழகத்தில் நிகழ்த்திய புகழ்பெற்ற விரிவுரையில் தெரிவித்தார். இந்த மூலமொழி இந்தோ-ஐரோப்பிய மொழி எனப் பெயரிடப்பட்டது. இதைப் பேசிய மக்கள் இந்தோ-ஐரோப்பியர் என அழைக்கப்பட்டனர். இதன் விளைவாக ஒப்பியல் மொழியியல், மொழியியல் ஆகியவற்றுக்கு வித்திடப்பட்டது. இதன் பிறகு பேராசிரியர் மாக்ஸ்முல்லரும் இதே கருத்தைத் தெரிவித்தார். ஆனால், ஆரிய மொழிகளைப் பேசியோர் ஒரே இனத்தவராய் இருந்திருக்கத் தேவையில்லை. சில அறிஞர்கள் இவர்கள் ஒரே இனத்தவர் எனவும் கருதுவர். ஆனால் அந்தக் கருத்துச் சரியன்று.

வடமொழிக்கும் பிற ஆரிய மொழிகளுக்கும் இடையிலுள்ள சொல் ஒற்றுமைகளைக் குறிப்பாக உறவினர், தெய்வம், மிருகங்கள், எண்கள் முதலியவற்றைக் குறிக்கும் சொற்களில் காணலாம்.[11] எடுத்துக்காட்டாக, சகோதரனைக் குறிக்கும் வடமொழிச் சொல்லான பிராதர் என்பதையும், அதே கருத்தைக்

கிரேக்கமொழியில் குறிக்கும் பிராதெர் என்பதையும், லத்தீன் மொழியில் விரதர், கெல்ரிக் மொழியில் பிறதிர், தியூத்தோனியக் சார்பான ஆங்கிலத்தில் பிரதர் என்பனவற்றையும் ஒப்பிடலாம்.[12]

இதுபோலவே, தாய், தந்தையைக் குறிக்கும் மாதா, பிதா ஆகிய வடசொற்கள் முறையே மேற்ற, பேற்ற எனக் கிரேக்கத்திலும், மாற்ற, பாற்ற என லத்தீனிலும், மதிர், அதிர் எனக் கெல்ரிக்கிலும், மாடர், பாடர் எனத் தோக்கேரியத்திலும் வழங்குகின்றன. தியூத்தோனியத்தில் வதர் எனும் சொல் தந்தையைக் குறிக்கும். தியூத்தோனியத்தைச் சேர்ந்த ஆங்கிலத்தில் வரும் மதர், வாதர் எனும் சொற்களையும் கவனிக்கலாம். மேலும், தெய்வத்தைக் குறிக்கும் தேவ என்ற வடசொல், தியுஸ் என லத்தீனிலும் திய எனக் கெல்ரிக்கிலும் திவர் எனத் தியூத்தோனியத்திலும் திவொஸ் என லிதுவானியத்திலும் வழங்கும். இவை போலவே, சகோதரி, குதிரை, ஒன்று, பத்து, நூறு முதலியவற்றைக் குறிக்கும் பதங்களிலும் ஒற்றுமையுண்டு.[13]

மேலும் ஆரியரின் தேரைக் குறிக்கும் ரத எனும் வடசொல்லை இதே கருத்தில் லத்தீன் ரொத, கெல்ரிக்கில் ரொத், புராதன ஜெர்மானியத்திலும் லிதுவானியத்திலும் ரதஸ் என வரும் பதங் களுடன் ஒப்பிடலாம். இந்தப் பதம் போலவே சக்கரம், அச்சு, சில்லுக் குடம், நுகம் முதலியவற்றைக் குறிக்கும் இந்தோ-ஐரோப்பியப் பதங்களிடையில் ஒற்றுமையுண்டு.[14]

இப்படிப்பட்ட பொதுச் சொற்கள், ஒப்பியல் மொழியியல், தொல்லியல், மொழியியல் புதைபடிவ ஆய்வியல் முதலிய வற்றின் துணைகொண்டு ஆதி ஆரியரின் நாகரிக நிலைகளை அறிவதற்கு அறிஞர்கள் முயன்று சில முடிவுகளை வெளிப்படுத்தி யுள்ளனர். இவற்றின்படி ஆதி-ஆரியர் மிக உன்னதமான நாகரிகச் சிறப்புள்ளவராய் இருக்கவில்லை. அவர்கள் வியக்கத்தக்க மொழி ஒன்றைப் பேசிவந்தனர். சமூகரீதியில் அவர்கள் தம்மை நன்கு ஒழுங்குபடுத்தியிருந்தனர். மிக மோசமான சூழ்நிலையிலும், அவர்களின் மக்கள்குழு ஒற்றுமை குலையவில்லை. பிற்காலத்தில் இவர்களுடன் தொடர்புற்ற பிற மக்கள் இந்த ஒற்றுமையைக் கண்டு வியந்தனர். அவர்களின் சமூகம் குடும்பத்தை அடிப்படை யாகக் கொண்டிருந்தது. இந்தக் குடும்பத்தில் தந்தைவழி

உரிமையும் ஏகபத்தினி விரதமும் நிலவின. தந்தைவழியுரிமை உடைய குடும்பமே இந்தியாவிற்கு வந்த ஆரியர் இடையில் கோத்திரம் அல்லது குலம் என அழைக்கப்பட்டது. பொதுவாகத் தலைவனைக் கொண்ட இத்தகைய குலங்களே சமூகத்தில் இருந்தன.

இந்தோ ஐரோப்பியர் சிறந்த கற்பனையுடையவர்கள். தாங்கள் சென்ற இடங்களுக்கு ஏற்றவாறு தம்மை ஒழுங்குபடுத்திக் கொண்டனர். இவற்றால் அவர்களைப் பிறர் வெல்ல முடியா திருந்தனர். ஆண், பெண் ஆகிய இருபாலாரிடையில் நல்லுறவுகள் நிலவின. தாயாகவும், மனைவியாகவும், சகோதரியாகவும், மகளாகவும் பெண்ணை அவர்கள் நன்கு மதித்தனர்; பெண்ணின் பாதுகாவலராகவும் விளங்கினர். தாயாகப் பெண் குறிப்பிட்ட குலத்தின் மதிப்புள்ள ஆலோசகராகவும் வழிகாட்டியாகவும் விளங்கினாள்.

அவர்களின் சமயத்தில் மனிதனுக்கு அப்பாற்பட்ட சக்திகளின் நன்மை சார்பான அம்சங்களே முதன்மையாக வற்புறுத்தப் பட்டன. தெய்வங்கள் மனிதரைப் போலன்றி மேலேயுள்ள உலகத்தில்தான் வாழ்பவர் என அவர்கள் கருதினர். தெய்வங ்களை மனித அம்சங்கள் கொண்டவராக அன்றிப் பெரும்பாலும் சக்திகளாகவே அவர்கள் போற்றினர். மனிதப் பண்புகளையும் தெய்வங்களில் ஏற்றிக் கூறினர். ஆனால், இத்தகைய போக்கு மனித இயல்புள்ள தெய்வங்களை வணங்கிய மக்களின் தொடர்புக்குப் பிறகுதான் அவர்கள் இடையில் ஏற்பட்டது. அவர்கள் வணங்கிய தெய்வங்களில் எடுத்துக்காட்டாக, வானமாகிய தந்தை, மாதாவாகிய பூமி, சூரியன், உஷா, காற்றுத் தெய்வம் முதலியோரைக் குறிப்பிடலாம். ஆதி-எகிப்தியர், சுமேரியர் வணங்கிய தெய்வங்களைப் போல இவர்கள் வணங்க வில்லை. மேலும், ஆதி-ஆரியரின் அன்றாட வாழ்வில் தீ பெரிய ஓர் இடத்தைப் பெற்றிருந்தது. குளிர்ப் பகுதி மக்களுக்குத் தீயின் இன்றியமையாமை வெள்ளிடைமலை. தீ வணக்கமும் முதன்மையான இடம் பெற்றிருந்தது.

தொன்மையான இந்தோ-ஐரோப்பிய வேர்ச் சொற்கள், அவற்றில் காலப்போக்கில் ஏற்பட்ட மாற்றங்கள் முதலியவற்றை

அடிப்படையாகக் கொண்டு பிரான் டென்ஸ் ரென் என்ற அறிஞர் சில கருத்துகளை வெளியிட்டுள்ளார். அதாவது ஆதி-ஆரியர் பெரும்பாலும் வரண்ட பாறைப் பகுதியில் வாழ்ந்தனர். அங்கு வில்லோ, ஓக், பேர்ச் பிசினுள்ள மரம் முதலியன வளர்ந்தன. ஆனால் பெரிய காடுகள் இல்லை; பழமரங்களும் இல்லை. அவர்கள் காட்டுப்பன்றி, ஓநாய், நரி, கரடி, முயல், சுண்டெலி முதலிய காட்டு மிருகங்களையும், பசு, செம்மறியாடு, வெள்ளாடு, குதிரை, நாய், பன்றி முதலிய வீட்டுமிருகங்களையும் அறிந்து இருந்தனர். நிலம், நீர் ஆகிய இரண்டிலும் வாழும் மிருகங் களையோ மீனையோ அறிந்திருக்கவில்லை. காலம் செல்லத் தொடக்கத்திலிருந்த இடத்தைவிட்டுத் தாழ்ந்த சதுப்பு நிலமுள்ள பிரதேசத்தை அடைந்தனர். அந்த இடத்தில், மேலும் புதிய மிருகங்கள், தாவரங்கள் காணப்பட்டன. யூரல் மலைக்குத் தெற்கும் கிழக்குமுள்ள வடக்குக் கேர்க்கிஸ் ஸ்டெப்பிஸ் (புல்வெளிகள்) பகுதியே அவர்களின் தொன்மையான இருப்பிடம் என்பது இந்தோ-ஐரோப்பிய மொழியின் மிகப் பழைய நிலை பற்றிய ஆய்வினால் புலப்படும். அத்துடன் அவர்களின் புதிய இருப்பிடம் கார்ப்பேதியன் தொடக்கம் போல்ரிக் வரையுள்ள சமபூமியே என்பது பிற்பட்ட இந்தோ-ஐரோப்பிய மொழிநிலை பற்றிய ஆய்வால் அறியப்படும்.

இவர்கள் ஓரளவு நாடோடிகளாக மந்தைமேய்த்தும், தொன்மை யான விவசாயம் செய்தும் வந்தனர். மந்தைகளே இவர்களின் பெருஞ் செல்வமாகும். இதுபற்றிப் பின்னர் கூறப்படும். இவர்கள் குதிரையைக் குறிப்பாகப் போரில் நன்கு பயன்படுத்தினர்.[15] இவ்வாறு இந்தோ-ஐரோப்பிய நாகரிக நிலையைப் பல்வேறு ஆய்வுகளின் மூலம் ஓரளவாவது திரும்பவும் அமைத்துக் குறிப்பிடுவர்.

இவர்களின் ஆதி இருப்பிடம் பற்றித் தொடர்ந்து ஆயுமுன் இந்தியாவிற்கு வந்த ஆரியரின் அயலவராகவும், மிகப் பழைய காலத்தில் சகோதரராகவும் விளங்கிய ஆதி ஈரானியருக்கும், இந்தோ-ஆரியருக்கும் இடையில் காணப்படும் ஒற்றுமைக் கூறுகளைக் குறிப்பிடலாம்.

□

3

இந்தோ-ஆரிய இந்தோ-ஈரானியத் தொடர்புகள்

இந்தோ-ஆரியரின் ஆதி ஏடு இருக்கு வேதம். ஆதி ஈரானியரின் ஆதி ஏடு அவெஸ்தா. இருக்கு வேதம் போலன்றி அவெஸ்தா கிமு 7ஆம் நூற்றாண்டளவில் தோன்றிய சொறாஸ்டர் எனும் பெரியாரின் சீர்திருத்தங்களால் ஓரளவு மாற்றம் அடைந்துள்ளது. அவ்வாறாயினும் அவெஸ்தாவின் மொழிநடை, யாப்பு, பொருள் ஆகியவற்றுக்கும் இருக்கு வேதத்தின் மொழிநடை, யாப்பு பொருள் ஆகியவற்றுக்கும் நெருங்கிய தொடர்பு காணப் படுகின்றது. இதனால்தான் மொழியியலாளர் சிலர் இருக்கு வேத மொழியும் பழைய ஈரானிய மொழியும் ஒரு மொழியின் பிரதேச வேறுபாடுகள் என்பர். இருக்குவேத ஆரியரும் ஆதி ஈரானியரும் தம்மை *ஆரிய*, *ஐர்ய* என ஒரு பொதுப் பெயரால் அழைத்துக்கொண்டனர்.

ஒருவேளை, பொதுவான ஆற்றுப் பெயர்களையும் அறிந்திருந்தனர் போலும். எடுத்துக்காட்டாக இருக்கு வேதத்தில் வரும் சரஸ்வதி, ஹரஉவதிஸ் என அவெஸ்தாவில் குறிப்பிடப்படுகின்றது. இருசாராரும் பெரும்பாலும் பொதுத் தெய்வங்களை வணங்கினர். எடுத்துக்காட்டாக, இருக்கு வேத *மித்ர*, *வருண*, *சோம*, *அர்யமன்*, *நாசத்ய* போன்ற தெய்வங்கள் முறையே *மித்ர*, *அஹுரமஸ்த* *ஹயோம*, *அர்யமன்*, *நாசத்ய* என அவெஸ்தாவில் அழைக்கப் படுகின்றனர். பல சொற்களிலும் நெருங்கிய ஒற்றுமை உண்டு.[16]

எனவே, 'இருக்கு வேதமும் அவெஸ்தாவும் ஒரே ஊற்றி லிருந்து பாயும் இரு நதிகள்' என ரொத் எனும் ஆய்வாளர் குறிப்பிட்டுள்ளது பொருத்தமானது; இருக்கு வேத-ஆரியரும்

ஆதி-ஈரானியரும் முன்னொரு காலத்தில் ஒரே மக்கள் கூட்டத் தினராய் வாழ்ந்து, பிறகு பிரிந்தனர் போலக் காணப்படுகின்றனர். இவ்வாறு இரு சாராரும் ஒன்றாக வாழ்ந்த காலம் இந்தோ-ஈரானிய காலம் எனவும் (ஒன்றாயிருந்த போது) இவர்களை இந்தோ-ஈரானியர் எனவும் அழைக்கலாம் என அறிஞர் கருதுவர். ஆரியரின் ஆதி இருப்பிடம் பற்றி ஆயும்போது, இந்தோ-ஈரானிய காலம் ஒரு முக்கியமான காலகட்டம் எனலாம். ஈரானில் ஆரியரின் சுவடுகள் உள்ளன.[17] மேற்குறிப்பிட்ட நெருங்கிய பண்பாட்டு ஒற்றுமை பிற இந்தோ-ஐரோப்பிய மொழிகளுக் கிடையில் காணப்படவில்லை.

4

இந்தோ-ஐரோப்பிய மொழிகள்

நூறு எனும் எண்ணைக் குறிக்கும் சொல்லை அடிப்படையாகக் கொண்டு இந்தோ ஐரோப்பிய மொழிகளில் பெரும்பாலும் ஆசியாவிலுள்ளவை (தோகேரிய மொழி தவிர்த்து) சதம் எனவும் ஐரோப்பாவிலுள்ளவை கென்ரும் எனவும், அறிஞரால் இரு பிரிவுகளாக வகுக்கப்பட்டுள்ளன.[18] இந்தோ ஐரோப்பிய மொழிக் குடும்பத்தில் முக்கியமாகப் பத்து மொழிகள் உள்ளனவாகப் பேராசிரியர் தாமஸ் பர்ரொவ் குறிப்பிட்டுள்ளார்.[19] அவையாவன:

1. *ஆரிய அல்லது இந்தோ-ஈரானிய மொழி:* இதில், தொன்மையான பாரசீகமொழி, இந்தியாவிற்கு வந்த ஆதி-ஆரியரின் மொழி ஆகியன அடங்குவன. இவற்றுள் காலத்தால் முந்திய இலக்கியம் இந்தியாவிற்கு வந்த ஆரியருடைய இருக்கு வேதமாகும். இதுவே, இந்து-ஐரோப்பிய மொழிகளில் எழுந்த காலத்தால் முந்திய மிகப் பழைய நூலாகும். ஆதிபாரசீகரின் காலத்தால் முந்திய நூல் அவெஸ்தா.

2. *போல்ரிக்-சிலாவோனிய மொழிகள்:* முன்னையதில் லிதுவானியம், லெற்றிஸ், வழக்கற்ற பிரஸ்ஸிய மொழி ஆகியனவும் பின்னையதில், ரூசிய, போலிஸ், செக், பல்கேரிய மொழிகளும் பிற சிலவும் அடங்குவன.

3. *ஆர்மேனிய மொழி:* இது கிபி 5ஆம் நூற்றாண்டு தொடக்கம் அறியப்படுகின்றது.

4. *அல்பேனிய மொழி:* இது தற்காலத்தில்தான் அறியப் படுகின்றது. இதுவரை குறிப்பிட்ட நான்கும் சதம் மொழிகள்.

5. *கிரேக்கம்:* இதில் பல கிளைமொழிகள் உள்ளன. கிமு *800*

அளவில் வாழ்ந்த ஹோமரின் பாடல்களே காலத்தால் முந்திய கிரேக்க இலக்கியமாகும்.

6. *லத்தீன்:* இதிலிருந்துதான் பிராஞ்சியம், இத்தாலியம், ஸ்பானியம், போர்த்துக்கேயம், ரூமேனியம் முதலியன முகிழ்த்தன. லத்தீன் இலக்கியம் கிமு 200 அளவில் வளரத் தொடங்கியது. இதற்கு முற்பட்ட காலச் சில சாசனங்கள் உள்ளன.

7. *கெல்ரிக்:* இதிலிருந்து ஐரிஸ், வெல்ஸ் முதலியன வளர்ந்தன. காலத்தால் முந்திய ஐரிஸ் பாடல்கள் கிபி 8ஆம் நூற்றாண்டைச் சேர்ந்தவை.

8. *ஜெர்மானியம்:* இதிலிருந்து வழக்கிறந்த கோதிக், ஸ்காந்திநேவியன், மேற்கு ஜெர்மானியம் முதலியன தோன்றின. கடைசியாகக் குறிப்பிட்டதிலிருந்து தற்கால ஜெர்மானியம், ஆங்கிலம் முதலியன முகிழ்த்தன. காலத்தால் முந்திய ஜெர்மானிய நூல் கிபி 4ஆம் நூற்றாண்டில் உல்வில என்பவரால் எழுதப்பட்ட கிறிஸ்தவ வேத மொழிபெயர்ப்பாகும்.

9. *தோக்கேரியன்:* மத்திய ஆசியாவில், சீனத் துருக்கிஸ்தானில் கிபி 6-10 நூற்றாண்டு காலத்திய பௌத்த ஏட்டுச் சுவடிகளில் இது இக்காலத்தில் கண்டுபிடிக்கப்பட்டுள்ளது. இன்று வழக்கற்ற மொழியாகும்.

10. *ஹிற்றைற் (ஹிட்டைட்):* இது மேற்கு ஆசியாவிலுள்ள போகஸ்கோயில் ஆப்பு எழுத்துக்களில் எழுதப்பட்டுள்ள சாசனங்களில் இந்தக் காலத்தில் கண்டுபிடிக்கப்பட்டுள்ளது. இந்தச் சாசனங்களின் காலம் கிமு 19-12 நூற்றாண்டு வரையாகும். இவற்றிலுள்ள மொழி வழக்கற்றுவிட்டது. பிற்குறிப்பிட்ட ஆறு மொழிகளும் கென்ரும் வகையின.

வேறு எந்த மொழிக் குடும்பத்தையும்விட இந்தோ-ஐரோப்பிய மொழிகளே உலகின் பல பாகங்களிலும் நிலவுகின்றன. அத்துடன் உலகிலுள்ள இலக்கிய வளமுள்ள மொழிகளில் பலவும் இந்த மொழிக் குடும்பத்தைச் சேர்ந்தவையே. இதனால், இந்தோ-ஐரோப்பியரின் ஆதி இருப்பிடம் பற்றிப் பல ஆய்வுகள் நடைபெற்றதில் வியப்பில்லை.

□

5
ஆரியரின் ஆதி இருப்பிடம் ஆசியாவிலா ஐரோப்பாவிலா?

ஆராய்ச்சி நன்கு வளர்ச்சியுறாத காலத்தில், மத்திய ஆசியாவே ஆரியரின் ஆதி இருப்பிடம் எனப் பலர் கருதினர். ஆனால் பெரும் பாலான இந்தோ-ஐரோப்பிய மொழிகள் ஐரோப்பாவில் நிலவுவதால் அங்கேயே அவர்களின் ஆதி இருப்பிடம் இருந்திருக்க வேண்டும் எனவும் பலர் பிற்காலத்தில் கொண்டனர். மத்திய ஆசியாவிற்கு நீண்டகாலத்திற்குப் பிறகுதான் வந்திருப்பர் என வாதித்து வரலாயினர். ஐரோப்பாவின் தென்பகுதி, மேற்குப் பகுதி ஆகியனவற்றில் ஆரியரின் நடமாட்டங்கள் காலம் செல்ல ஏற்பட்டன. எனவே, ஐரோப்பாவின் மத்திய பகுதி, கிழக்குப் பகுதி ஆகியன அவர்களின் ஆதி இருப்பிடம் எனக் கருதப்பட்டது. ஆகவே, மத்திய ஆசியாவின் மேற்குப்பகுதி ஐரோப்பாவின் கிழக்குப் பகுதி ஆகியவற்றில்தான் அவர்களின் ஆதி இருப் பிடத்தைத் தேட வேண்டியுள்ளது.

ஆரியரின் ஆதி இருப்பிடம் இந்தியாவிற்கு வெளியே ஆசியாவில் உள்ளது என ஒரு சாரரும், ஐரோப்பாவில் உள்ளதெனப் பிறிதொரு சாரரும் கூறுகின்றனர். முதலில் ஆசியாவே அவர்களின் ஆதி இருப்பிடம் எனக் கொள்ளுவோரின் கருத்தைக் குறிப்பிடலாம். இதிலும் கருத்துவேறுபாடு உள்ளது. மத்திய ஆசியாவே (பமீர்-பக்ரியப் பகுதிகள்) ஆரியரின் ஆதி இருப்பிடம் எனக் கூறியோரில் பேராசிரியர் மாக்ஸ் முல்லர் குறிப்பிடத்தக்கவர். இவ்வாறு கொள்ளுதற்குச் சில காரணங்கள் உள்ளன. முதலாவதாகச் 'சதம்', 'கென்றும்' பிரிவுகளுக்குத் தகுந்த மையம் மத்திய ஆசியா. ஆதிகால நாகரிக மையங்கள் பல ஆசியாவில்தான் உள்ளன. பிற்காலத்தில் பெருமளவில் நடைபெற்ற புலப்பெயர்வுகள் மத்திய ஆசியாவிலிருந்து ஏற்பட்டன. ஆதி ஆரியர் கடலுடன் தொடர்பு

கொண்டிருந்தனர் போலும். ஆதி ஈரானியரின் வேதமான அவெஸ்தாவின்படி மக்கள் மத்திய ஆசியாவில் (அர்யானம் வையங்) உண்டாயினர்.

மேலும், அனவ் போன்ற இடங்களில் காணப்படும் மைபூசிய பாத்திரங்களைப் பயன்படுத்திய மக்கள் குதிரை வளர்த்தனர் எனவும் ஒரு சாரார் கூறுவர். மத்திய ஆசியா ஆரியரின் ஆதி புவிஅமைவிடம் என்னும் கருத்தைப் பேராசிரியர் ஆர். என். தண்டேகர் மீண்டும் வற்புறுத்தியுள்ளார்.[20] யூரல் தொடக்கம் வட அல்தாய் வரையுள்ள வடகேர்க்கிஸ் புல்வெளிகளே ஆரியரின் ஆதி இருப்பிடமாகும் என்பதே இவரின் கருத்தாகும். இந்த இடத்தில் ஆதி ஆரியரின் நாகரிக நிலைகளுக்குத் தக்க சான்றுகள் உள்ளன என இவர் கூறுவர்.

பேராசிரியர் சய்ஸ் அனட்டோலிய பீடபூமியே ஆரியரின் ஆதி இருப்பிடம் என்பர். அண்மைக் காலத்தில் றொபேட்ஷேவர் என்பவர் திபெத் ஆரியரின் ஆதி இருப்பிடம் எனக் குறிப்பிட்டு உள்ளார்.[21] இதுபோன்ற கருத்தை ஏற்கனவே பர்ஜிதர் போன்றோர் கூறியுள்ளனர்.

புகழ்பெற்ற இந்திய தேசிய விடுதலை வீரரான பால கங்காதர திலகர் வடதுருவமே ஆரியரின் ஆதி இருப்பிடம் என்பர்.[22] இவர் தமது கருத்திற்குச் சான்றாக வேதங்களிலுள்ள வானநூல் குறிப்புகளைக் கொண்டுள்ளார். ஆனால், இவரின் கருத்தைப் பலர் ஏற்கவில்லை. ஐரோப்பாவே ஆரியரின் ஆதி இருப்பிடம் எனக் கொள்வோரின் கருத்துகளைக் கவனிக்கலாம். இதிலும் கருத்து வேறுபாடு உள்ளது. பேராசிரியர் கைல்ஸ் கங்கேரி சமவெளியே ஆரியரின் ஆதி இருப்பிடம் என்பர்.[23] இவர்களை இந்த அறிஞர் விரொஸ் என அழைத்துள்ளார். விரொஸ் விவசாயம் செய்தனர்; மந்தை மேய்த்தனர் எனக் கூறுவர். ஆனால் கைல்ஸ் மொழியிய லாளர்; தொல்லியல் ஆய்வாளர் அல்லர்.

வட ஐரோப்பாவே ஆரியரின் ஆதி இருப்பிடம் என பென்கா, லதம் போன்ற ஆய்வாளர்கள் கூறியுள்ளனர். இவர்களின் கருத்துப்படி நோர்டிக் இனத்தவர் நாகரிகமுள்ளவர்கள். பென்கா, கைகர் போன்றோர் ஜெர்மனியையும், லதம் போன்றோர் ஸ்காந்திநேவியாவையும் ஆரியரின் ஆதி இருப்பிடம் என்பர்.[24]

பேராசிரியர் ஜே. சி. மையேர்ஸ், ஸ்கிரேடர், கோர்டன் சைல்ட், பி. கே. கோஸ் போன்றோர் தென்ரூசியாவே (தெற்கு ரஷ்யா) ஆரியரின் ஆதி இருப்பிடம் என்பர்.[25] கஸ்பியன் கடல் தொடக்கம் நீப்பர் வரையுள்ள பிரதேசத்தில் சுருங்கிய எலும்புக்கூடுகள் கொண்டுள்ள கல்லறைகள் உள்ளன. இவை சிவப்புக் களிமண்ணால் மூடப் பட்டு மேலே மேடொன்று (குர்க்கன்) கொண்டுள்ளன. கல்லறைக்கு மேலே, மண் தூவுதல், மேடையைச் சுற்றி மரவேலி இடுதல் ஆகியன இருக்கு வேதம் *10-18-4, 18-13*இல் தொனிக்கின்றன. இங்கு வாழ்ந்த மக்கள் பெரும்பாலும் உயரமுள்ளவர்கள்; பெரிய மண்டையோடு உடையவர்கள். இவர்களைப் பொதுவான நோர்டிக் இனத்தவர் எனலாம். இந்த இடத்தில் நிலவிய பண்பாடு ஒரே தன்மையானது.

இந்த மேடுகளில் (குர்க்கன்களில்) செம்மறியாடு, மாடு, குதிரை ஆகியவற்றின் எலும்புகள் உள்ளன. எனவே இந்த மக்கள் மந்தைமேய்த்த நாடோடிகளா? சக்கரமுள்ள குதிரை வண்டிக்காரரா? மேடுகளின் மேல் காணப்படும் தானியங்கள் விவசாயத்திற்குச் சான்றாகும் எனவும் சிலர் கருதுவர். இந்தக் கல்லறைகளால் அறியப்படும் நாகரிகத்தில் கல், செம்பு, வெண்கலம் முதலியன இடம்பெற்றுள்ளன. கல், செம்பு, ஆகியவற்றாலான துளையிட்ட கோடரிகள், அம்புகள், ஈட்டிகள் முதலிய கருவிகள் உள்ளன. இத்தகைய சின்னங்கள் மைக் கோப் போன்ற இடங்களில் கிடைத்தன; மேலும் இப்பிரதேசத்திற்கு வெளியே ரேப்கிஸர், ருறங்ரேப் போன்ற இடங்களிலும், அநட்டோலியாவிலும் உள்ளன.

மேலும், தேன் உற்பத்திக்குத் தேவையான எலுமிச்சை, பீச் முதலியனவும் இங்கு வளர்ந்தன. இருக்கு வேதத்தில் கூறப்படும் ரசா வொல்காவின் பழைய பெயரான ராஆக இருக்கலாம் எனவும் சிலர் கருதுவர். பொதுவாக அறிஞர் பலர் இந்தோ-ஐரோப்பியரின் ஆதி புவிஅமைவிடம், பண்பாடு முதலியன பற்றிக் கூறுவன யாவும் பிறவற்றைவிட மேற்குறிப்பிட்ட பண்பாட்டுடன் பெருமளவு ஒத்துக் காணப்படுகின்றன. எனவே, ஆதி ஆரியர் இங்கிருந்து பிற இடங்களுக்குப் புலம்பெயர்ந்தனர் எனவும் கொள்ளலாம் என்பர். மேலும், நெஹ்றிங் என்ற அறிஞர் ஆதி ஆரியர் 'ரிப்பொல்ஜி' பண்பாட்டைக் கொண்டிருந்தனர் எனவும்,

அவர்களின் இருப்பிடம் தென்ரூசியாவில் மட்டுமன்றி, மேற்கிலும் இருந்தது என்பர்.[26] அண்மைக் காலத்தில் பிரான் டென்ஸ்ரென் என்பவர் சொற்பொருள் ஆராய்ச்சியை அடிப்படையாகக் கொண்டு ஆரியரின் ஆதி இருப்பிடம் மலைத்தொடரின் அடிவாரத்திலுள்ள புல்வெளி எனவும் அது யூரல் மலைக்குத் தெற்கேயுள்ள வடமேற்குக் கேர்க்கிஸ் புல்வெளிகள் எனவும் கூறுவர்.[27] மேலும் அவரின் கருத்துகள் சில குறிப்பிடத்தக்கன. மொழியியல் சான்றைக் கொண்டு நோக்கும் போது தொன்மையான இந்தோ-ஐரோப்பிய வரலாற்றில் இரு காலப் பகுதிகள் உள்ளன.

1. காலத்தால் முந்திய பகுதி-அதாவது இந்தோ-ஐரோப்பியர் யாவரும் ஒன்றாக வாழ்ந்த காலம் அல்லது இந்தோ-ஐரோப்பியர் காலம்.

2. முதன்மையான மையத்திலிருந்து இந்தோ-ஈரானியர் பிரிந்து புதிய சுவாத்தியமுள்ள பிறிதோரிடத்திற்குச் சென்று விட்ட காலம்.

இந்தோ-ஈரானியர், ஹிற்றைற் (ஹிட்டைட்) மக்கள் ஆகியோரின் முன்னோர் கோகஸஸைத் தாண்டிச் சின்னாசியா, மெசொப்பொத்தேமியா, ஈரான் ஆகிய இடங்களுக்கும், பிறகு இந்தியாவிற்கும் வந்திருப்பர். அல்லது, ஒரு பகுதியினர் முதன்மை மையத்திலிருந்து புலம்பெயர்ந்து ஈரானிய பீடபூமிக்கும் பிறகு இந்தியாவிற்கும் வந்திருப்பர். முதன்மை மையத்திலிருந்து பிறிதொரு பிரிவினர் மேற்கே, போலந்து எனும் புதிய இடத்திற்குச் சென்றிருப்பர். இதைவிட, கார்ப்பேதியன், கிழக்கு ஐரோப்பா முதலிய பகுதிகளுக்கும் புலம்பெயர்ந்து பரவினர் எனலாம். பிரான்டென்ஸ் ரெனின் கருத்துகள் பெருமளவு நியாயமானவை; மிகத் திட்டவட்டமான மொழியியல், தொல்லியல் சான்றுகளின் அடிப்படையில் அமைந்துள்ளவை.[28] பொதுப்பட நோக்கும் போது, யூரல் மலைக்குத் தெற்கேயுள்ள பரந்த ஆசிய-ஐரோப்பிய சமவெளியே ஆரியரின் ஆதி இருப்பிடம் என அறிஞரில் ஒரு சாரார் நன்கு எடுத்துக்காட்டியுள்ளனர்.[29] ஆரியரின் ஆதி அமைவிடம் தென்ரூசியா எனப் பேராசிரியர் தாமஸ் பர்ரொவ் சில காலத்திற்கு முன் கூறியிருந்தார்.[30] ஆனால், அண்மையில் இந்தக் கருத்தை மாற்றியுள்ளார் என்பது பின்னர் கூறப்படும்.

□

6

ஆரியரின் புலப்பெயர்வுகளும் காலமும்

ஆரியரின் புலப்பெயர்வுகள், அவற்றின் காலம், இயல்புகள் ஆகியன பற்றிக் கலாநிதி சுப்பராவ் குறிப்பிட்டுள்ளவை கவனத்திற்கு உரியன. 'கிமு இரண்டாம் ஆயிரம் ஆண்டின் பிற்பாதியில் மேற்கு ஆசியா அடங்கலும் மக்களின் கொந்தளிப்பு உள்ள புலப்பெயர்வுகள், அழிவுகள், புதிய மொழிகள் தோன்றல் முதலியன அநட்டோலியா தொடக்கம் நிலவின. மேற்குறிப் பிட்டவை இந்தோ-ஐரோப்பியரின் வருகையால் பல நாடுகளில் காணப்பட்டன. இவற்றின் தாக்கத்திற்கு இந்தியா தப்பவில்லை. ஆனால் ஒரு முக்கியமான குறிப்பை நினைவில் இருத்த வேண்டும். வன்செயலில் ஈடுபட்டும், ஓரளவு மந்தை மேய்த்தும் வந்த மக்கள் தாம் வென்று அடிப்படுத்தியோரின் பண்பாட்டுக் கூறுகள் பலவற்றை மேற்கொண்டனர். இவ்வாறு, பழைய உலகு அனைத்திலும் ஆரியர் தெளிவற்றும், உறுதியற்றும் காணப் படுகின்றனர். ஆனால், நாகரிக வரலாற்றுக்கு அவர்களின் மொழிகள் முதுசொத்தாகக் கிடைத்துள்ளன.'[31]

இந்தோ-ஐரோப்பிய மொழிகள் பரவுதலும் குதிரையைப் பழக்குதலும் அதைத் தொடர்ந்து ஏற்பட்ட எளிதில் செல்லும் போர்த்தேர் பயன்பாடும் ஓரளவு சமகாலத்தவை. ஆரியரின் நாகரிகத்துடன் தொடர்பான மிருகங்களில் பசு மட்டுமன்றிக் குதிரையும் குறிப்பிடத்தக்கது.[32] குதிரைகள் காட்டு மிருகங்களாகத் தென்ருசிய, உக்றெயின் புல்வெளிகளில் திரிந்தன; பின்னர் மத்திய ஆசியாவுக்கும் கொண்டு செல்லப்பட்டன. கிமு 2000 அளவில் மனிதன் குதிரையை நன்கு பயன்படுத்தி வந்தான். வேத இலக்கியத்தில் வரும் குதிரை பற்றிய குறிப்புகள் மத்திய ஆசியப்

புல்வெளிகளில் (ஸ்டெப்பி) வாழ்ந்தவற்றை நினைவூட்டுவன. ஆரியருக்குப் பெரும்பாலும் குதிரை தேர் இழுக்கும் மிருகமாகவே போருக்கும், சவாரிக்கும் பயன்படுத்தப்பட்டு வந்தது. கிமு 2000-1500 அளவில் தென் ரூசியாவில் குதிரை வளர்க்கப்பட்டது. காலத்தால் முந்திய மைக்கொப் கல்லறையிலுள்ள வெள்ளிக் கிண்ணத்திலும் அனவ், சியல்க் போன்ற இடங்களிலுள்ள தொல்லியல் சின்னங்களிலும், குதிரையின் வடிவம் காணப் படுகின்றது. ஆரியர் குதிரைப் பண்பாட்டைத் தொடக்கி வைக்கவில்லை; ஆனால், அதை விரைவான போக்குவரத்துச் சாதனமாக்கினர் என்று கூறுதலே பொருத்தமானது. மேற்கு ஆசியாவில் சிரியாவிலுள்ள சாசனங்களிலும், கஸ்ஸைட், மித்தானிய மன்னர் சாசனங்களிலும் குதிரை பற்றிய குறிப்புகள் வருகின்றன.[33]

இந்தோ- ஐரோப்பியர் புலப்பெயர்வு பற்றிய சான்றுகள் திட்டவட்டமாகக் கிடைக்கவில்லை. எனினும், சிலவற்றைக் குறிப்பிடலாம். வடபலுக்கிஸ்தானில் ரணாகுந்தை, டபர்கொட் முதலிய இடங்களில் பல குடியிருப்புகள் முற்றாகவே வன்முறைச் செயல்களால் அழிக்கப்பட்டதற்கான சின்னங்கள் உள்ளன. தென் பலுக்கிஸ்தானிலுள்ள சாஹிதும்ப் கல்லறையில் செப்புத் தகடு முத்திரைகள் (இலச்சினைகள்) செப்பினால் செய்த துளையுள்ள கோடரி, சாலுள்ள கிண்ணங்கள் முதலியன கிடைத்துள்ளன. இந்த முத்திரைகள் ஈரானிலுள்ள அனவ் (iii), கிஸார் (iii) காலச் சின்னங்களில் கிடைத்தவற்றைப் போன்றவை. மேற்குறிப்பிட்ட கோடரிவகை இதுவரை இந்தியாவில் கிடைக்கவில்லை. இது மேற்காசிய வகையுடனும், தென் ரூசியாவிலுள்ள மைக்கொப் சார்ஸ்கய போன்ற இடங்களில் கிடைத்தவற்றுடனும் ஒப்பிடத் தக்கது.[34]

தென்ரூசியப் புல்வெளிகளிலிருந்து ஆதி-ஆரியர் மேற்கு, தெற்கு, கிழக்குத் திசைகளை நோக்கிப் புலம்பெயர்ந்திருப்பர்.[35] மேற்கே சென்றவர்களும் தெற்கே வந்தவர்களில் ஒரு சாராரும் மேற்கு, தெற்கு ஐரோப்பாவில் குடியேறியிருப்பர். கிழக்கேயும், தெற்கேயும் சென்றோர் ஈரான், அதற்கு மேற்கேயுள்ள மேற்கு ஆசியப் பகுதிகள், இந்தியா ஆகிய இடங்களை நோக்கினர். கிழக்கு ஐரோப்பாவிலும், மேற்கு ஆசியாவிலும் ஆரியரின்

நடமாட்டங்களைக் காட்டும் சில சான்றுகள் கிடைத்துள்ளன. கிமு 2300 அளவில் அல்லது அதற்குச் சில நூற்றாண்டுகளின் முன் ஆதி ஆரியர் புலம்பெயரத் தொடங்கியிருப்பர். அவர்களில் ஒரு பிரிவினரான ஆதிகிரேக்கர் கிமு 2300-க்குச் சற்றுப் பின்னரே கிரீசிற்கு வந்தனர். கிமு 16ஆம் நூற்றாண்டளவில், ஆரியர் மேற்கு ஆசியாவில் காணப்பட்டனர். பழைய புகழ்பெற்ற மெசொப்பொத்தேமிய நாகரிக எல்லையிலும் ஆரியர் சிலர் வாழ்ந்தனர். அங்கிருந்தும் நாகரிகக் கூறுகள் சிலவற்றைப் பெற்றனர். கிமு 16ஆம் நூற்றாண்டளவில் மெசொப்பொத் தேமியாவை ஆண்ட கஸ்ஸைட் மன்னர் இந்தோ-ஐரோப்பியப் பெயர்கள் தரித்திருந்தனர். எடுத்துக்காட்டாக அர்த்தமன்ய, அர்ஸவிய, யஸ்தத, சுத்தர்ன போன்ற பெயர்களைக் குறிப்பிடலாம்.[36] இவர்கள் வடக்கே அல்லது வடகிழக்கேயிருந்து வந்திருப்பர்.

கிமு 14ஆம், 15ஆம் நூற்றாண்டுகளில் ஆட்சி புரிந்த மித்தானிய மன்னர் பெயர்களில் இந்தோ- ஐரோப்பியப் பெயர்கள் பல காணப்படுகின்றன. எகிப்திலுள்ள எல் அமர்னாவிற்கும் ஆசியா மைனரிலுமுள்ள ஹிட்டைட் தலைநகரான போகஸ்கோய்க்கும் இடையில் நடைபெற்ற ராஜதந்திரத் தொடர்புகளில் இவற்றைக் காணலாம். ஹிட்டைட் மன்னரான சுபிலு லியுமவிற்கும், மித்தானிய மன்னரான துஸ்ரத்தவின் மகன் மத்தியுசாவிற்கும் இடையில் கிமு 1380இல் கைச்சாத்திடப்பட்ட உடன்படிக்கை குறிப்பிடத்தக்கது.[37] இதில், மித்தானிய மன்னன் தான் வழிபட்ட மி-இத்ர (மித்திரன்), உருவன (வருணன்), இந்தர (இந்திரன்), நச...அத்தி இயன்ன (நாசத்ய) ஆகிய தெய்வங்களைச் சாட்சியாக விளித்து வணங்குகிறான். எனவே, கிழக்கே சென்ற ஆரியரின் தெய்வங்களை மித்தானியரும் வணங்கியிருந்தனர். மேலும் கூடுதலான சான்று ஒன்றைக் குறிப்பிடலாம். போகஸ்கோய் சாசனங்களில் குதிரைச் சவாரிபற்றிய நூலொன்று அரைகுறை யாகக் கிடைத்துள்ளது குறிப்பிடத்தக்கது. இது கிமு 14ஆம் நூற்றாண்டளவைச் சேர்ந்ததாகும். இதனைக் கிக்குலி எனும் மித்தானிய மன்னன் எழுதினான். இதில் திருப்புதல்களுக்குப் பயன்படுத்தப்பட்ட சொற்கள் வடமொழிச் சொற்களைப் போன்றவை. எடுத்துக்காட்டாக ஐகவர்த்தன, தேரவர்த்தன, பஞ்ச வர்த்தன என்பன முறையே ஒன்று, மூன்று, ஐந்து

திருப்புதல்களுக்குப் பயன்படுத்தப்பட்டன.[38] குதிரைச் சவாரியை ஆதி ஆரியர் இந்தியாவிலும் சிறப்பாகப் பயன்படுத்தினர். தொல்லியல் ரீதியிலும், மொழியியல் ரீதியிலும் மேற்குறித்த சான்று கிமு இரண்டாயிரம் ஆண்டளவில் இந்து-ஐரோப்பிய மொழிகள் பேசியோரை இந்தியாவுடன் தொடர்புபடுத்தக்கூடிய முக்கியமான ஒன்றாம். எளிதாகவும், மிக விரைவாகவும் செல்லும் குதிரை களையும், குதிரைபூட்டிய தேர்களையும் முதன்முதலாக நன்கு பயன்படுத்தி ஆரியர் வெற்றியடைந்தனர். மேற்கு ஆசியாவில் கிமு 1500 அளவில் ஆரியரின் நடமாட்டங்களைப் பற்றி ஏற்கனவே குறிப்பிடப்பட்டது.

அண்மையில் பேராசிரியர் தாமஸ் பர்ரொவ் ஆரியரின் ஆதி இருப்பிடம் மத்திய, கிழக்கு ஐரோப்பாவாக இருந்திருக்கலாம் என்பர்.[39] இந்தோ-ஈரானியருக்கும் சதம் மொழிகளுக்கும் குறிப்பாக போல்ரோ-சிலாவோனிய மொழிகளுக்கும், வின்னிய உக்ரிய மொழிகளுக்கும், தொன்மையான இந்தோ-ஐரோப்பிய காலத்தில் நிலவிய சிறப்புத் தொடர்புகளை நோக்கும்போது மேற்குறிப்பிட்ட கருத்துத் தெளிவாகும் என்பது அவரின் வாதமாகும். மத்திய ரூசியாவிலிருந்து மக்கள் புலப்பெயர்வு கிழக்கு நோக்கியும் தெற்கு நோக்கியும் ஏற்பட்டது; இதனால், மத்திய ஆசியா சில காலமாக ஆரியரின் இருப்பிடமாயிற்று. இந்தப் பழைய காலத்தில் இந்தோ-ஆரிய, ஈரானிய எனும் இரு கிளைகள் ஏற்படத் தொடங்கிவிட்டமைக்குச் சான்று உள்ளது. இந்தோ-ஆரியர்தான் முதலில் தெற்கு நோக்கி ஈரானுக்கும் அங்கிருந்து இந்தியாவிற்கும் மேற்கு ஈரானுக்கும் சென்றனர். இரண்டாவது அலையாகவே ஈரானியரின் புலப்பெயர்வு முதலில் கிழக்கு ஈரானில் ஏற்பட்டது. இதன் விளைவாகக் கிழக்கும், மேற்கும் சென்ற இந்தோ-ஆரியரின் தொடர்புகள் துண்டிக்கப்பட்டன. பின்னர் ஈரானியர் மேற்கே செல்ல, அங்கு முன்னர் சென்றோரின் செல்வாக்குக் குன்றியது. ஆனால் அவர்கள் அங்குமுன் இருந்ததற்கு மேற்கு ஆசியாவிலுள்ள ஆவணங்கள் சான்று பகருவன.[40]

இந்தியாவில் ஹரப்பாப் பண்பாட்டு முடிவும் (சுமார் கிமு 1500) ஆரியரின் வருகையால் ஏற்பட்டது எனத் தொல்லியல் அறிஞரான மார்ட்டிமர் வீலர், ஸ்ரூவர்ட் பிக்கோட் போன்றோரும்,

மொழியியலாளர் பர்ரோவும் வற்புறுத்தியுள்ளனர். எவ்வாறாயினும் ஹரப்பாப் பண்பாடு மங்கிக்கொண்டிருந்த காலத்தில் திடீரென முடிவுற்றது. இந்தக் கலாச்சாரத் தலங்கள் பலவற்றில் அரண் செய்த நகரங்கள், கோட்டைகள் பல இருந்தன. இருக்கு வேதத்தில் வரும் நன்கறியப்பட்ட போர்த் தெய்வமான இந்திரன் கறுத்த நிறமும், தட்டையான மூக்குமுள்ள தாசர், தஸ்யுக்களின் அரணுள்ள நகரங்களைத் தகர்த்து, ஆரியர் வெற்றியை மேம் படுத்திய வீரனாக, புரந்தரனாக, புரபித் (நகரங்களைத் தகர்த்தவன்) ஆகப் போற்றப்படுகிறான். இந்தக் கோட்டை நகரங்கள் கல்லாலும், சுடாத செங்கட்டியாலும் ஆனவை. சில வேளைகளில் தீயாலும் அழிவுகளை இந்திரன் ஏற்படுத்தினான். சிந்து சமவெளியிலுள்ள மொஹெஞ்சதாரோ, ஹரப்பா முதலிய இடங்களில் நடைபெற்ற அகழ்வாய்வுகளின் விளைவாக, அந்த இடங்களில் அரணுள்ள நகரங்கள் இருந்தமை நன்கு அறியப் பட்டுள்ளது. ஆரியர் நகரங்களை அறிந்திருக்கவில்லை; கிராமிய நாகரிகத்தினர். மேற்குறிப்பிட்ட நாகரிகச் சின்னங்கள் ஆரியரின் வருகையால் அழிவுற்றன எனவும், சூழ்நிலைக்கேற்ற பொருத்தம் காட்டும் சான்றுகளைக்கொண்டு நோக்கும்போது இந்திரனே இதற்குக் காரணம் எனவும் வீலர் குறிப்பிட்டுள்ளார்.[41] மேலும், ஹரப்பாப் பண்பாடு கிமு 2500-1500 வரையெனப் பொதுவாகக் கொள்ளலாம் என்பர்.[42] ஆனால், அண்மைக் காலத்தில் கார்பன் 14 முறைப்படி இதன் காலம் பொதுவாக கிமு 2300-1750 வரை எனக் கணிக்கப்பட்டுள்ளது.[43]

ஹரப்பாப் பண்பாடு முடிவுற்ற பிறகு, தரம் குறைந்த ஜுகர் கலாச்சாரம், ஜங்கர் பண்பாடு ஒன்றன்பின் ஒன்றாக நிலவின.[44] இந்த இரண்டில் ஒன்று அல்லது இரண்டுமே ஆரியர் பண்பாடாய் இருக்கலாம் எனச் சில ஆய்வாளர் குறிப்பிட்டுள்ளனர். ஹைனே கெல்டேன்,[45] வெயர்சேவிஸ்[46] ஆகிய இரு அறிஞர்கள் ஜுகர் கலாச்சாரமே ஆரியருடையது என்பர். ஆனால் ஜங்கர் பண்பாடு ஆரியருடையது என்பதைப் பொதுவாக ஏற்றுக்கொள்ளலாம். ஜுகர் பண்பாடு ஆரியருடையது என்ற கருத்து வலுப்பெறுகிறது. புசல்கார்,[47] டி. என். ராமச்சந்திரன்[48] முதலியோர் ஹரப்பாப் பண்பாடு ஆரியருடையது என்பர். கங்கை ஆற்றங்கரையிலுள்ள ஹஸ்தினாபுரத்தில் நடத்திய அகழ்வாய்வின் விளைவாகக்

கங்கைச் சமவெளியில் சாதாரண மைபூசிய சாம்பல்நிற மட்பாண்டங்கள் பலவற்றை பி. பி. லால் கண்டுபிடித்துள்ளார். இவை கிமு இரண்டாவது ஆயிரம் காலத்தன. இவற்றைச் சமகாலத்திய மேற்காசிய, கிழக்கு ஐரோப்பியத் தொல்லியல் சின்னங்களுடன் ஒப்பிட்டு இவர் ஆராய்ந்துள்ளார். இவை போன்றவை கிரீஸ், ஈரானிலுள்ள ஷாரேப் ஆகிய இடங்களிலும், சில மாற்றங்களுடன் உர்மியா ஏரிக்குத் தெற்கேயும், கிழக்கே இந்தியாவின் மேற்கு எல்லையில், சீஸ்ரனிலும் காணப்படுகின்றன. இந்தச் சின்னங்கள் இவ்வாறு கிரீஸ் தொடக்கம் சீஸ்ரன் வரை இந்தியாவுக்கு வெளியேயும் காணப் படுகின்றன.

இதே காலப்பகுதியில் கிமு 1360 ஆண்டளவைச் சேர்ந்த போகஸ்கோய்ச் சாசனங்களும், மேற்காசியாவில் ஆரியரின் நடமாட்டங்களைக் காட்டுவன. எனவே, மேற்குறிப்பிட்ட சின்னங்கள் பொதுவாக ஆரியரின் புலப்பெயர்வு, நடமாட்டங்கள் ஆகியவற்றைக் காட்டுவன.[49] ஏற்கனவே குறிப்பிட்ட மைபூசிய சாம்பல் நிற மட்பாண்ட கலாச்சாரத்திற்கு முன்பு கங்கைச் சமவெளியில் நிலவிய வெண்கலக் கருவிகளின் கலாச்சாரம் யாருடையது என்பது தெரியவில்லை. இந்தக் கலாச்சாரத்தில் (சிவப்புநிறம் நீரால் கழுவப்பட்டு மங்கி) மஞ்சள்நிற மட் பாண்டங்களும் இடம்பெற்றிருந்தன.[50] வெண்கலக் கருவிகளில் கோடரி, ஈட்டி, வாள், மனித வடிவம் போன்ற கருவி முதலியனவும் அடங்கும். மேற்குறிப்பிட்ட பல்வேறு ஆய்வாளரின் கருத்துகளில், பி. லால் என்பவரின் கருத்தே பொருத்தமானதாகத் தெரிகின்றது. ஹரப்பா கலாச்சாரம் ஆரியருக்கு முற்பட்டது; ஆனால் இதை ஆரியர்தான் அழித்தனர் என்பதும் அறிஞரின் ஒருமுகமான முடிவன்று.

இந்தியாவிற்கு ஆரியர் படிப்படியாகவே, வடமேற்கு எல்லைப் புறக் கணவாய்கள், ஆற்றோரங்கள் மூலமாக வரலாயினர். இவற்றுள், கிருமு (குரம்), கோமதி (கோமல்), குபா (கபூல்), சுவாஸ்து (சுவாத்) முதலியன இருக்கு வேதத்தில் குறிப்பிடப்படுகின்றன. ஆரியரின் இந்தியப் புலப்பெயர்வு பல நூற்றாண்டுகளாக நடைபெற்றது எனலாம். இது குறித்துத் தாமஸ் பர்ரொவ் பின்வருமாறு குறிப்பிடுகிறார்.

இந்தோ-ஆரியரின் புலப்பெயர்வு இந்தியாவில் ஒரே இயக்கமாக அன்றிப் பல கட்டங்களாக ஏற்பட்டதற்கு மொழியியல் சான்றும் காணப்படுகிறது. வடமேற்கு இந்தியாவில் நிலவிய வேதகால மொழிக்கும் மத்திய தேசத்தில் நிலவிய பிற்பட்ட காலமொழிக்கும் இடையில் கிளைமொழிச் சார்பான வேறுபாடுகள் பல உள்ளன. வேத மொழியில் ர், ல் வேறுபாடு பெருமளவு பேணப்பட்டுள்ளது. இஃது ஒரு முக்கியமான வேறுபாடாகும். வேத மொழியிலுள்ள இந்த இயல்பு ஈரானிய மொழிக்குமுள்ள தனி இயல்பாகும். மேற்காசியாவிலுள்ள ஆரிய மொழிகளிலும் வின்னிய உக்ரிய மொழிகளிலுள்ள ஆரியச் சொற்கள் சிலவற்றிலும் இந்த இயல்பு காணப்படுகிறது. ஆரியரின் புலப்பெயர்வு திட்ட வட்டமான தனியான செயலன்று. பல மக்கள் குழுக்களுடன் பல நூற்றாண்டுகளாக நடைபெற்றது. இவ்வாறு வந்த மக்கள் ஒரே இனம், ஒரே மொழியைச் சேர்ந்தவராய் இருக்கவில்லை.[52]

மேலும், இந்தியாவிற்கு வந்த ஆரியர் வருகை பற்றி சுநீதி குமார் சட்டர்ஜி குறிப்பிட்டுள்ள கருத்துகளும் மனம்கொள்ளத் தக்கன.

ஈரானிலிருந்து இந்தியாவிற்கு ஆரிய மக்கள்குழுக்கள் படிப்படியாகவே புலம்பெயர்ந்தனர். இந்தப் புலப்பெயர்வு பல தலைமுறைகளாக நடைபெற்றது. இந்தப் புலப்பெயர்வு பற்றி இன்று கிடைத்துள்ள வேத இலக்கியத்தில் குறிப்பு எதுவுமில்லை. ஏனெனில் அவர்கள் தாம் புதிய இடத்திற்குப் புலம்பெயர்ந்தமை பற்றிய நினைவுகொண்டு இருந்திலர். பர்சு, மத முதலிய ஈரானிய மக்கள்குழுக்களோடு பல நூற்றாண்டுகள் வாழ்ந்தனர். ஈரானிய மேட்டுநிலம் அவர்களின் புலப்பெயர்வின் போது தங்குமிடமாக அன்றித் தாயகமாகவே விளங்கியது. அங்கு அவர்கள் இந்தோ-ஈரானிய கலாச்சார மரபுகள் பலவற்றை உருவாக்கினர். இவற்றின் தாக்கம் மெசொப்பத்தேமியாவில் நன்கு காணப்படுகின்றது. அவெஸ்தா, இருக்கு வேதம் ஆகியன இந்தப் பொதுவான மரபுகளைக் கொண்டவை.[53]

வரலாற்றுக் காலத்தில் இந்தியாவில் இஸ்லாமியர் வருகையும் ஆதிக்கம் ஏற்படுத்தலும் பல நூற்றாண்டுகளின் பின்னரே

வெற்றிகரமாக முடிந்தன. எனவே ஆரியரின் புலப்பெயர்வும் இவ்வாறே நெடுங்காலப் பகுதியில் நடைபெற்றிருக்கலாம். இந்தியாவிற்கு வந்த ஆரியர் நீண்டகாலமாக ஆரியரல்லாத மக்களுடன் போர்செய்தே தமது செல்வாக்கை நிலைநாட்டினர்.

'ஆரியர் கிமு 2000 அளவில் இந்தியாவை நோக்கி வந்திருப்பர்; கிமு 1400-க்குப் பிறகு வந்திரார். கிமு 1500 அளவில் வந்திருப்பர்; ஆனால் கிமு 1800க்கு முன்வந்திரார்' எனப் பேராசிரியர் ஏ. பி. கீத் ஆரியரின் இந்திய வருகை பற்றிய காலத்தைக் குறிப்பிட்டுள்ளார்.[54]

ஆரியர் கிமு 1500 அளவில் வந்திருப்பர் என மார்ட்டிமர் வீலர் கருதுவர்.[55] மேலும் 'ஆரியர் கிமு 1700-1400-க்குமிடையில் இந்தியாவிற்கு வந்தனர்' எனவும், 'இருக்குவேதப் பாடல்கள் கிமு 1200-1000-க்குமிடையில் இயற்றப்பட்டன' எனவும் தாமஸ் பர்ரொவ் கூறியுள்ளார்.[56] இவர்கள் இந்தியாவிற்கு கிமு 1750-1300 வரையுள்ள காலப் பகுதியில் வந்திருப்பர் என டி.எச். கோர்டன் எனும் ஆய்வாளர் கருதுவர்.[57] ஹைனேகெல்டேர்ன்[58] வெயர்சேவிஸ்[59] ஆகியோர் இவர்கள் கிமு 1200-1000 வரையில் வந்தனர் என்பர். இந்த இரண்டு ஆய்வாளர்களுடைய முடிவுகளுக்கான தொல்லியல் சின்னங்களையும் பிறவற்றையும் இந்தியாவில் அண்மையில் அகழ்வாராய்ச்சி நடத்தப்பட்ட நவ்டதோலி (மத்திய இந்தியாவில்) ராஜஸ்தான், மத்திய பிரதேசம், மஹாராஷ்டிரம், ஆந்திரதேசம் ஆகிய இடங்களில் கிடைத்துள்ள தொல்லியல் சின்னங்களுடன் நன்கு ஆராய்ந்து பேராசிரியர் எச். டி. சங்காலியா மேற்கு இந்தியா மேற்காசியத் தொடர்புகளுக்கான காலம் கிமு 1700-1500 வரை என்பர்.[60] சேர்லியனாட் வூலி எனும் தொல்லியல் ஆய்வாளர் ஆரியர் கிமு 1500 அளவில் இந்தியாவிற்கு வந்தனர் என்பர்.[61]

இந்தோ- ஐரோப்பிய மக்கள்குழுவினர் ஆசிய-ஐரோப்பிய (யூராசியன்) உலகை அரங்காகக் கொண்டு ஏற்படுத்திய புலப் பெயர்வுகளின் கராணங்களை எளிதில் நிர்ணயிக்க முடியாது. மந்தைகள் பெருகியதால் அவற்றின் மேய்ப்பர் புத்தம் புதிய புல்வெளிகளை நாட வேண்டியவராயினர் என்பர். ஆசிய-ஐரோப்பியப் புல்வெளிகளில் காலத்திற்குக் காலம் ஏற்படும் வரட்சியில் அவர்கள் செழிப்பான புதிய இடங்களைத் தேடிச் சென்றிருப்பர். இத்தகைய நாடோடிக் குதிரை வீரர், நிலையான

வாழ்க்கை நடத்திவந்த மக்களுக்குப் பேரபாயம் விளை வித்தனர். ஆனால், போரின் விளைவாக முன்னையோர் பின்னையோரிடமிருந்து நாகரிகக் கலையைக் கற்றனர். இறுதியில் வெற்றி பெற்றோர், வெல்லப்பட்டோருடன் நன்கு ஒன்று சேர்ந்து தமது முன்னைய நிலையை முற்றாக இழந்து விட்டனர்.[62]

இவ்வாறு இந்தோ-ஈரானியரின் புலப்பெயர்வு பற்றிப் பேராசிரியர் ஆர். கிர்ஷ்மன் நன்கு ஆய்ந்து கூறியிருப்பது இந்தியாவிற்கு வந்த ஆரியருக்கும் சாலப் பொருந்தும்.

ஆரியரின் இந்தியப் புலப்பெயர்வு ஏற்பட்ட காலம் குறித்துப் பேராசிரியர் சுநீதிகுமார் சட்டர்ஜி வரலாற்று நோக்கில் கூறி யுள்ளவை மனம்கொள்ளத் தக்கன.

ஆதிகால வரலாற்றில் ஆரியர் இந்தியாவிற்கு வந்ததை ஒப்பியல் ஆய்வில் நோக்கும்போது அது பிந்தியகால நிகழ்ச்சி என்றே தோன்றும். அவர்கள் கிமு இரண்டாயிரம் ஆண்டின் நடுப்பகுதிக்குமுன் இந்தியாவிற்கு வந்திரார்; அல்லது அதற்குப் பின்னரும் வந்திருப்பர். இந்திய வரலாற்றை உலக வரலாற் றுடன் குறிப்பாக மேற்கு ஆசிய வரலாற்றுடன் நெருங்கிய தொடர்புள்ளதாகவே நோக்குதல் அவசியமாகும். இவ்வாறு நோக்கும் போது, இந்தோ-ஐரோப்பியர் மேம்பாடுள்ள தொன்மையான நாகரிகமுள்ள மக்களுடன் பிந்திய காலத்தில் தான் அதாவது, கிமு 2000 அளவில் தொடர்புகொள்ளலாயினர். எனவே, ஆரியரின் இந்திய வருகை மிகப் பழைய காலத்தில் ஏற்பட்டது என மிகைப்படுத்திக் கூறுதல் முற்றான வரலாற்றுச் சார்பற்ற முடிபாகும். மேலும், அவர்களில் முதலில் வந்தோர் கிமு 1500 அளவில்தான் பஞ்சாப்பை அடைந்தனர்.[63]

பொதுவாகத் தொல்லியல், இலக்கியம், மொழியியல் சான்றுகள், தொன்மையான வரலாறு முதலியனவற்றை ஒப்பிட்டு நோக்கும் போது ஆரியர் சுமார் கிமு 2000 தொடக்கம் சில நூற்றாண்டுகளாக இந்தியாவை நோக்கி அலைஅலையாக வந்துகொண்டிருந்தனர் எனலாம்.

□

7

இந்தியாவில் ஆரியர்

ஆரியரின் வருகையுடன் இந்திய வரலாற்றில் புதிய திருப்பம் ஒன்று ஏற்பட்டது. ஒரு நாட்டின் வரலாற்றுக் காலம் அந்த நாட்டின் இலக்கியத்துடனேதான் தொடங்குகிறது எனில், இந்தியாவின் வரலாற்றுக் காலம் ஆரியர் வருகையுடன் தொடங்கியது எனலாம். ஹரப்பா கலாச்சாரத்தில் எழுத்துப் பயன்படுத்தப்பட்டதாயினும் அஃது இன்றுவரை செவ்வனே வாசிக்கப்படவில்லை. எனவே ஹரப்பாப் பண்பாட்டுக் காலம் வரலாற்றுத் தொடக்க காலம் அல்லது வரலாற்றுக்கு முற்பட்ட காலமெனக் கருதப்படுகிறது.

அறிஞரில் ஒரு சாரார் வேதகாலமும் வரலாற்றுத் தொடக்க காலமெனக் கருதுவர். இருக்கு வேதமே இந்தியாவிற்கு வந்த ஆரியரின் ஆதி ஏடாகும். அதுமட்டுமல்ல, ஆரிய உலகில் எழுந்த முதலாவது நூலுமாகும். இந்த வேதமும் ஏனைய வேதங்களும் அவற்றின் சார்புநூல்களும் எழுந்த காலமே வேதகாலமாகும். இந்தியாவில் ஆரியரின் தொடக்க கால வரலாற்றை அறிவதற்கு வேத இலக்கியமே முதன்மையான மூலமாகும்; இதைவிடத் தொல்லியலும், பிற ஆரியரின் பழைய நூல்களும் ஓரளவு உதவியாக உள்ளன.

> இந்தோ-ஆரியர் தமது மொழியுடன் இந்தியாவிற்கு முதலில் வந்ததற்கும், இருக்கு வேதப் பாடல்கள் இயற்றப்பட்டதற்கும் இடையில் நெடுங்காலம் சென்றுவிட்டது. இதனால்தான் இருக்குவேதத்தில் ஆரியரின் புலப்பெயர்வு பற்றிய குறிப்புகள், நினைவுகள் காணப்படவில்லை. மொழியியல் சான்று பகருகின்றதான பொதுவான இந்தோ-ஈரானிய காலத்திலிருந்து

> வேத காலத்திற்கு வரப் பல மாற்றங்கள் ஏற்பட்டுவிட்டன. எனவே, ஈரானியரும், இந்தோ-ஆரியரும் முற்றாகப் பிரிந்து விட்ட பின்னரே, அதாவது பின்னையவர் இந்தியாவிற்கு வந்த பின்னரே மாற்றங்கள் பல ஏற்பட்டன,

எனப் பேராசிரியர் தாமஸ் பர்ரொவ் குறிப்பிட்டுள்ளார். ஆனால், பொதுவாக நோக்கும்போது பாடல்கள் பாடிக்கொண்டும் ஆரியரல்லாத மக்களோடும், தமக்குள்ளேயும் போர் புரிந்து வரும் மக்கள்கூட்டமாகவே முதன் முதலாக ஆரியர் இந்தியாவில் காட்சியளிக்கின்றனர். இந்தோ-ஆரிய மொழி, இலக்கியம் ஆகியவற்றின் வரலாறும் இத்துடன் தொடங்கின.

□

8

வேத இலக்கியம்

வேத இலக்கியத்தில், இருக்கு (ரிக்), யஜுர், சாமம், அதர்வம் எனும் நான்கு வேதங்களும், அவற்றின் தொடர் பகுதிகளான பிராஹ்மணங்கள், ஆரண்யகங்கள், உபநிஷதங்கள், சூத்திரங்கள் ஆகியவையும் அடங்குவன. இவற்றுள், இருக்கு வேதமே முதன்மையானது; காலத்தால் முற்பட்டது. இருஷிகள் (ரிஷிகள்) பலர் பல நூற்றாண்டுகளில் பல்வேறு தெய்வங்களை விளித்துப் பாடிய துதிப்பாடல்கள் 1028 இதில் இடம்பெற்றுள்ளன. இந்தப் பாடல்களில் சில இந்தியாவுக்கு வெளியேயும், ஆரியர் வரும் வழியில் பாடப்பட்டன எனவும் அறிஞர் சிலர் கருதுவர்.

சாம, யஜுர் வேதங்கள் இருக்கு வேதத்துடன் நெருங்கிய தொடர்பு கொண்டவை. சாம வேதத்தில் பெரும்பாலும் இருக்கு வேதப் பாடல்களே பண்ணிற்கேற்ப அமைக்கப்பட்டுள்ளன. எனவே, இதைத் தனிப்பட்ட வேதம் எனக் கூறமுடியாது; எனினும், இந்திய இசை வரலாற்றிற்கு மிக முக்கிய நூலாகும். யஜுர் எனில், வேள்வி வாய்ப்பாடு எனப் பொருள்படும். எனவே இந்த வேதம், யாக விதிகளைக் கொண்டது எனலாம். காலத்தால் முந்திய வடமொழி வசனநடையை இதில் காணலாம். இந்த வேதத்தில் ஆரியர் படிப்படியாகக் கிழக்கே செல்லுதலையும், அவர்களின் சமயத்தில் ஏற்பட்ட மாற்றங்கள் சிலவற்றையும் காணலாம். இந்த மூன்று வேதங்களும் இவ்வாறு ஒன்றுடன் ஒன்று நெருங்கிய தொடர்பு கொண்டவை; நெடுங்காலமாக இந்த மூன்றுமே வேதங்களாகக் கருதப்பட்டன.

நான்காவது வேதமான அதர்வ வேதம் (அதர் வாங்கிரசம்) மேற்குறிப்பிட்டவற்றிலிருந்து வேறுபட்டது; 731 சூக்தங்களும், 20 காண்டங்களும் கொண்டது. பாமர மக்களின் சமய நம்பிக்கைகள்,

சமூகப் பழக்கவழக்கங்கள் போன்றவற்றை இதில் காணலாம். பொருளடக்கத்தில் இது வேறுபட்டது. ஆகையால் நெடுநாளாக வைதிகர் இதை ஏற்றுக்கொள்ளவில்லை. 'மாந்திரிகம், சமயம் ஆகியனவும் ஓரளவு இறைஞானமும் அதர்வ வேதத்தில் முற்றாக ஒன்றுபடுகின்றன' எனவும் அதர்வன், சமயகுரு, புரோஹிதர், வைத்தியர், மந்திரவாதி ஆகியோரின் கடமைகளைத் தம்மிடத்து ஒருங்கே கொண்டிருந்தார் எனவும் ஜே. என். ஷென்டே குறிப்பிட்டு உள்ளார்.[65]

வேதங்களின் தொடர் பகுதியான பிராஹ்மணங்களில் வேள்வியே முதன்மைப் பொருளாக உள்ளது. இவை பொதுவாக வசன வடிவத்தில் எழுதப்பட்டுள்ளன. வேள்வியால் எதையும் சாதிக்கலாம் என்ற கருத்து நிலவியது. வேள்விக்கு மட்டற்ற முக்கியத்துவம் அளிக்கப்பட, ஒரு சாரார் வெறுப்புற்றுக் காட்டிற்குச் சென்று, வேள்விகளின் உட்பொருள் பற்றித் தியானம் செய்து தம் முடிவுகளை வெளியிடலாயினர். இவ்வாறே ஆரண் யகங்கள் தோன்றின. இவற்றைத் தொடர்ந்து தத்துவ நூல்களான உபநிஷதங்கள் எழுந்தன. உபநிஷத் எனில், ஒருவனின் அண்மை யில் இருத்தலாகும். அதாவது, ஞான போதனைக்காக மாணவன் (சிஷ்யன்), ஆசிரியரின் (குருவின்) முன்னிலையில் இருப்பதாம். இந்த போதனை பரஞானமாகிய மறைபொருளை மறைவாகத் தகுதியுடையவருக்கே புகட்டப்படுதலால் 'ரஹஸ்யம்' எனவும் கூறப்படும். 'உபநிஷத்' என்ற சொல் 'ரஹஸ்யம்' எனும் கருத்தில், 'இதம் உபநிஷத்' 'இதம் ரஹஸ்யம்' என உபநிஷதங்களில் வருகின்றது. இதைக் குரு சிஷ்யனுக்கு ஆசாரபூர்வமாகப் புகட்டும் ஞானம் எனக் குறிப்பிடலாம். இதனை 'அஞ்ஞான இருளைப் போக்கும் பிரமஞானம்' எனச் சங்கராச்சாரியர் கூறுவர்.[66]

இந்தியாவின் மிகப் பழைய தத்துவ சிந்தனைகளை இவற்றில் காணலாம். உபநிஷதங்கள் வேதங்களைக் கண்டித்தாலும் வேத நெறியிலிருந்து பிறழ்ந்தவை அல்ல. எல்லாமாக 108 உப நிஷத்துகள் கூறப்படினும் அவற்றுள் காலத்தால் முந்திய பிருஹதாரண்யக, சாந்தோக்ய, தைத்திரீய, பிரஸ்ன, ஈச, கட முதலிய 13 உபநிஷதங்கள் தொன்மையானவை. உபநிஷதங்கள் முதலில் வசனத்திலும், பின் வசனம், செய்யுள் கலந்த நடையிலும் இறுதியில் செய்யுள் வடிவிலும் எழுதப்பட்டன. இவை வேத காலத்தின்

முடிவில் தோன்றியதாலும், வேதங்களின் சாரமாக அமைந்துள்ளன எனக் கருதப்படுவதாலும், வைதிகக் கல்வியின் முடிவில் கற்கப் படுவதாலும் வேதாந்தம் எனக் கூறப்படுவன. வேத நெறிக்குப் புறம்பாகத் தோன்றிய பௌத்தம், சமணம், ஆஜீவிகம் ஆகியனவும் உபநிஷதங்களுடன் ஓரளவு தொடர்புடையன. உபநிஷதங்களை மூலவடிவிலன்றி, அவற்றின் பாரசீக மொழிபெயர்ப்பைத் தழுவி லத்தீனில் எழுதப்பட்டவற்றைப் படித்த ஸோப்பநோர் எனும் புகழ்பெற்ற தத்துவஞானி இவை பற்றிக் கூறியுள்ளவை கவனத்திற்கு உரியன. 'உபநிஷதங்களைப் போன்று மிகவும் நன்மை பயப்பனவும், உயர்நிலை அளிப்பவையும் வேறொன்றும் உலகில் இல்லை. இவையே என் வாழ்விற்குச் சாந்தியளித்து வருபவை; எனது மரணத்திலும் சாந்தியளிப்பவை' [67] என்பதாகும்.

வேதகால முடிவில் வேதங்களைக் கற்பதற்கு உதவியாக வேதாங்கங்கள் எழுந்தன. கல்பம், சிக்ஷை, வியாகரணம், நிருக்தம், சந்தஸ், ஜோதிஸம் என்பனவே வேதாங்கங்களாம். எளிதில் நினைவில் நிறுத்த சூத்திர வடிவில் இவை இயற்றப்பட்டன. எனவே, இந்தக் காலம் (கிமு 6-4ஆம் நூற்றாண்டுவரை) சூத்திர காலம் எனப்படும். உபநிஷத போதனைகளின் சாரமாகவுள்ள பிரம சூத்திரங்கள் பாதராயனாரால் எழுதப்பட்டன.

வேதங்கள் ஒவ்வொன்றிற்கும் தொடர் பகுதிகளாகப் பிராஹ் மணங்கள், ஆரண்யகங்கள், உபநிஷதங்கள் முதலியன உள்ளன. எடுத்துக்காட்டாக, இருக்கு வேதத்திற்கு ஐதரேய, கௌசீதகீ பிராஹ்மணங்கள், ஆரண்யகங்கள் உபநிஷதங்களிருப்பதைக் குறிப்பிடலாம். ஒரு பகுதி முடிந்து மற்றையது தொடங்குவதில் வரையறையில்லை.

வேதம் எனில், 'மிகச் சிறந்த அறிவு' எனப் பொருள்படும். வேதங்கள் யாவும் சுருதி என அழைக்கப்படும். அதாவது, மனிதராலன்றி இறைவனால் அருளப்பட்டவை. இறைவன் அருள்புரிய இருஷிகள் (ரிஷிகள்) கேட்டு அறிந்து எழுதினர். இவை மனிதரால் செய்யப்படாதவை என்ற காரணத்தால் 'அபௌருஷேயம்' எனவும் அழைக்கப்படும். மேற்குறிப்பிட்ட வாறுதான் வைதிகர் இவற்றை நோக்கினர்.

□

9
வேதங்களின் காலமும் வரலாற்று இயல்பும்

வேதங்களின் காலத்தை நிர்ணயிக்கும் பொழுது கவனிக்க வேண்டியது யாதெனில், அவை இயற்றப்பட்ட காலம் (மந்திர காலம்) வேறு, தொகுக்கப்பட்ட காலம் (சம்ஹிதை காலம்) வேறு என்பதே. இந்தச் சம்ஹிதைகள் பல இருஷிகள் குடும்பங்களில் பேணப்பட்டன. இதனால் மூலபாடத் திருத்தமைவுகள் (பல ரெஷென்சன்-சாகைகள்) எழுந்தன. வேதங்களில் இடைச் செருகல்கள் ஏற்படாதவாறு வழிவகைகள் கையாளப்பட்டன; இவை தொகுக்கப்பட்ட பிறகு பாடபேதம் ஏற்படவில்லை. பிராஹ்மணங்கள், ஆரண்யகங்கள், உபநிஷதங்கள் வெவ்வேறு காலத்தன. சில பகுதிகள் சமகாலத்தன. காலத்தால் முந்திய இருக்கு வேத காலமே முந்திய வேதகாலம் அல்லது வேதகால முற்பகுதி எனவும் ஏனைய வேதங்கள், பிராஹ்மணங்கள், ஆரண்யகங்கள், உபநிஷதங்கள் காலமே பிந்திய வேதகாலம் அல்லது வேத காலத்தின் பிற்பகுதி எனவும் வரலாற்றாசிரியர் கொள்வர். இவற்றின் காலம் பற்றிக் கருத்துவேறுபாடுகள் உள்ளன.

புத்தபிரானும், மகாவீரரும் உபநிஷத காலத்தின் பிற்பகுதியில் கிமு 6, 5ஆம் நூற்றாண்டுகளில் வாழ்ந்தனர். முந்தியகால உபநிஷதங்கள் பிந்திய ஆரண்யகங்கள் சமகாலத்தனவாக இருப்பினும் இந்த இலக்கியவகைகள் திடீரென முகிழ்த்திருக்க மாட்டாது. இந்த உண்மைகளை அடிப்படையாகக்கொண்டு பேராசிரியர் மாக்ஸ்முல்லர் இருக்குவேதப் பாடல்கள் கிமு 1200-1000 அளவில் தோன்றியிருக்கலாம் எனவும் பிந்திய வேதங்கள் கிமு 1000-800 அளவில் தோன்றியிருக்கலாம் எனவும்

பிராஹ்மணங்களும் முந்திய கால உபநிஷதங்களும் கிமு 800-600 வரையில் எழுந்திருக்கலாமெனவும் கூறுவர்.[68] ஆனால், பிந்திய வேதங்கள், பிராஹ்மணங்கள், முந்திய உபநிஷதங்கள் ஆகிய வற்றின் காலம் தனித்தனி 200 ஆண்டுகளெனக் குறிப்பிட்டதை முற்றாக ஏற்க முடியாது. அகச் சான்றும் இதற்கு ஆதாரமளிக்க வில்லை. எனவேதான் கலாநிதி எம். வின்டெர்நிட்ஸ் என்பவர் வேத இலக்கியத்தின் காலம் பற்றி மாக்ஸ்முல்லர் கூறியிருப்பதை ஏற்காது இன்னும் அதிகமான காலவரையறையை எடுத்துரைத் துள்ளார்.[69] சமண சமய நிறுவனரான பார்ஷ்வர் கிமு 8ஆம் நூற்றாண்டில் வாழ்ந்தவர். இதைக்கொண்டு நோக்கிய வின்டெர் நிட்ஸ் இருக்குவேத காலம் சுமார் 2500 அல்லது 2000 தொடக்கம் 1500 வரையில் என்பர். வேதகால முடிவு கிமு 750-500 வரையில் ஏற்பட்டது என்பர்.[70]

ஏ. எல். பாஷம் இருக்கு வேத காலம் கிமு 1500-1000 வரை எனவும் பிந்திய வேதகாலம் கிமு 1000-500 வரை எனவும் கொள்ளுவர்.[71] தொல்லியலாளர் ஸ்ரூவர்ட் பிக்கோட், மேற்காசியச் சான்றுகளுடன் ஒப்பிட்டு இருக்குவேதம் கிமு 1400-1000 வரையில் எழுந்திருக்கலாம் எனவும், அதற்குத் திடமான சான்றுகள் இல்லை எனவும் குறிப்பிட்டுள்ளார்.[72]

தாமஸ் பர்ரொவ் இருக்குவேதப் பாடல்கள் இயற்றப்பட்டுத் தொகுக்கப்பட்ட காலம் கிமு 1200-1000 வரையில் என்பர்.[73] கிமு 12 -9ஆம் நூற்றாண்டுவரையில் கங்கைச் சமவெளியில் ஆரியர் வாழ்ந்தமைக்குத் தொல்லியல் சான்றும் உள்ளது எனத் தொல்லியலாளர் கூறுகின்றனர். சதபத பிராஹ்மணத்தில் பரீக்ஷித்தின் மகன் ஜனமேஜயனின் தலைநகரான ஆசந்தீவத் கூறப்படுகின்றது. அதுவே நாக சாஹ்வயம் (ஹஸ்தினாபுரம்) ஆகும். பரீக்ஷித்தின் வழித்தோன்றலான நிசக்ஷு வெள்ளப் பெருக்கு ஏற்பட கிமு 800 அளவில் இதைக் கைவிட்டான். இதற்குத் தொல்லியல் சான்றுள்ளது.[74] எனவே, பொதுவாகக் கூறின், இருக்கு வேதகாலம் கிமு 1800-1100 வரை எனவும், பிந்திய வேதகாலம் கிமு 1100-500 வரை எனவும் கொள்ளலாம்.

வேத சம்ஹிதைகள் பல்வேறு காலத்திய மனித நினைவுகளையும் ஆவணத் தொகுப்புகளையும் கொண்டவை.[75] இவை திட்ட வட்டமான வரலாற்று நூல்களாக இல்லாவிட்டாலும் வரலாறு

தொடர்பான பல செய்திகள் இவற்றில் ஓர் அளவாவது விரவிக் காணப்படுகின்றன. சமயச்சார்பான செய்திகளே கூடுதலாக இடம்பெற்றாலும், சமகால அரசியல், பொருளாதாரம், சமூகம், பண்பாடு பற்றிய கருத்துகளும் வெவ்வேறு அளவில் இடம்பெற்றுள்ளன. வேதங்கள் தொகுக்கப்பட்ட பிறகு, நன்கு பேணப்பட்டு வந்தன. எனவே, இவற்றில் இடைச்செருகல் ஏற்பட்டிராது. இதிஹாஸ, பௌராணிக மரபுகளைவிட வேத மரபு மிகக் கவனமாகப் பேணப்பட்டதால் அவற்றினும் பார்க்க இந்த மரபிற்கு வரலாற்று ஆசிரியர்களில் ஒருசாரார் கூடுதலான முக்கியத்துவம் அளித்துள்ளனர். இவை காலத்தால் முந்தியதாக இருப்பதும் இடைச்செருகல்கள், மாற்றங்கள் இவற்றில் ஏற்படாதிருப்பதும் இவற்றின் வரலாற்றியல்பை நன்கு வற்புறுத்துவன, அதிகரிப்பன.[76]

சமகாலத் தொல்லியல் சான்றுகளும் வேத இலக்கியம் கூறுவதை ஓரளவாவது உறுதிப்படுத்துவது இதன் வரலாற்று இயல்பிற்குப் பிறிதும் ஓர் எடுத்துக்காட்டாகும். மேலும், பிந்திய காலச் சமய நூல்கள் சிலவற்றிலுள்ள மிகைபாடுகள், கற்பனைக் கதைகள் போன்றவை வேத இலக்கியத்தில் குறைவாகவே காணப் படுகின்றன. குரு, சிஷ்ய மரபுகள் உபநிஷத காலத்தில் ஓரளவாவது பேணப்பட்டதற்குப் பிருஹதாரண்யக உபநிஷதத்தில் (2. 6, 4. 6, 6. 5) வரும் பெயர்ப் பட்டியல்கள் தக்க சான்றாகும். ஆச்சாரியர் பலரின் பெயர்கள் தாயின் பெயர் வழிவந்துள்ளமை கவனத்திற்கு உரியது. எடுத்துக்காட்டாக, காத்யாயனீ புத்ர, கௌதமீபுத்ர போன்றவற்றைக் குறிப்பிடலாம். இத்தகைய போக்குப் பிள்ளை வளர்ப்பதில் தாயின் முக்கியத்துவத்தைக் காட்டுவதாகச் சங்கராச்சாரியர் குறிப்பிடுவர். ஆனால், தாய்வழி உரிமைச் சமூகத்தவரான திராவிடர் போன்றோரின் தொடர்பாலுமிஃது ஏற்பட்டிருக்கலாம்.

மேற்குறிப்பிட்ட நூல்களின் துணைகொண்டு ஏறத்தாழ கிமு 1800-500 வரையுள்ள காலப்பகுதியில் இந்தியாவில் ஆரியர் வாழ்ந்த இடங்களையும் அவர்கள் மத்தியில் நிலவிய மக்கள்குழுக்கள் நாகரிக நிலை ஆகியன பற்றியும் சுருக்கமாகக் குறிப்பிடலாம்.

□

10

வேதகாலத்தில் ஆரியர் வாழ்ந்த இடங்களும் மக்கள் குழுக்களும்

இந்தக் காலத்தில் ஆரியரின் குடியிருப்பிடங்களை வரையறுப்ப தற்குத் துணையாக இந்த நூல்களில் வரும் மலைகள், ஆறுகள், இடங்கள், மக்கள் குழுக்கள், இராச்சியங்கள் முதலியன பற்றிய குறிப்புக்களைக் கவனித்தல் அவசியமாகும். இருக்குவேதத்தில் இமயம் குறிப்பிடப்படுகிறது. வேதங்களில் குறிப்பிடப்பட்டுள்ள 31 ஆறுகளில் 25 இருக்குவேதத்திலேயே வருகின்றன. புகழ் பெற்ற நதீஸ்துதியில் (இவே 10-75) பல ஆறுகள் குறிப்பிடப் படுகின்றன. இவற்றுள் பல சிந்துநதியைச் சேர்ந்தன. இதன் கிளைகளான சுதுத்றீ (சட்லஜ்), விபாஸ் (பியஸ்), பருஷ்ணீ (ரவி), அசிக்னீ (சேனாப்), விதஸ்தா (ஜீலம்) ஆகிய ஐந்தும் சேர்ந்து பஞ்சாப் (ஐந்து ஆறுகள் பாயுமிடம்) என்ற பெயரை இவை பாயுமிடத்திற்கு அளித்துள்ளன. சிந்துவின் மேற்குக் கிளைநதி களான குபா (கபூல்), க்ருமு. கோமதீ, சுசர்து, சுவேத்யா போன்றன கவனித்தற்பாலன. சிந்து நதிப் பள்ளத்தாக்கிற்கு வெளியே சரஸ்வதி, யமுனை, கங்கை, சரயு என்பன குறிப்பிடப்படுகின்றன. இந்தக் காலத்தில் மிகச்சிறந்த ஆறு (நதீதம, இவே. 2. 41.16) சரஸ்வதி ஆகும்.

இருக்குவேத காலச் சரஸ்வதி பெரிய ஆறாகக் கடலில் சங்கமித்தது; தூய்மையானது (இவே 7. 95. 12,). சப்தசிந்து எனும் பதம் இருக்குவேதத்தில் வரையறுக்கப்பட்ட ஓரிடத்தைக் குறித்தது. சிந்துநதியையும், அதன் கிளைகளையும், சரஸ்வதி யையும் இது குறிக்கும் என மாக்ஸ்முல்லர் போன்றோர் கருதினர். சிலர் சரஸ்வதிக்குப் பதிலாகக் குபா அல்லது ஒக்ஷஸ் ஆற்றைக் கொள்ளுவர். ஆனால் சிந்துவும் அதன் கிளைகளும், சரஸ்வதியும்

எனக் கொள்ளுதலே மிகவும் பொருத்தமனதாகும்.[77] இருக்கு வேதகால ஆரியர் கடலை ஓரளவு அறிந்திருந்தனர் போலும்.

இந்தக் காலத்தில் ஆரியர் பல மக்கள் குழுக்களாகப் பிரிந்து வாழ்ந்தனர். இவர்கள் தமக்குள்ளேயும் ஆரியரல்லாதோருடனும் போர்புரிந்து வந்தனர். பத்து மன்னரின் போர் பற்றிய பாடல் களில் பல மக்கள்குழுக்கள் குறிப்பிடப்படுகின்றன. இந்தப் போரில், பரத் மக்கள்குழுவினனான சுதாஸ் வசிஷ்டரின் உதவியுடன் பத்து மன்னரை வென்று வாகை சூடினான். இந்தப் போரில் வெற்றி பரத மக்கள்குழுவிற்கு ஆதிக்க முதன்மை அளித்தது. பொதுப்படக் கூறின், வடமேற்கில் காந்தாரி, பக்த, அலின, பாலனசஸ், விஷாணின் முதலிய மக்கள் குழுவினர் வாழ்ந்தனர். இவர்களுள் சிலர் ஆரியரல்லாதோர் ஆவர். சிந்து, பஞ்சாப் ஆகிய இடங்களில் சிவ, பர்சு, கேகய, விர்சீவந்த், யது, அனு, துர்வச, துருக்யு போன்றோர் குடியேறினர்.

கிழக்கே, மத்திய தேசத்தில் திருத்ஸு, பரத, பூரு, சிருஞ்ஜய ஆகியோரும், அதற்கும் கிழக்கே கீகடரும், மல்வா, ராஜ்புத்தானப் பகுதிகளில் மத்ஸ்யரும், சேதியரும் குடியேறிவாழ்ந்தனர்.[78] தாஸ, தஸ்யுக்கள் ஆரியரின் எதிரிகளாகவும், நாகரிகமுள்ளவராகவும் கூறப்படுகின்றனர். ஆரியர் ஆரியரல்லாத மக்களுடன் உறவாடத் தொடங்கிவிட்டனர். இவ்வாறு ஆரியர் இருக்குவேதகாலத்தில் ஆப்கானிஸ்தானம், வடஇந்தியாவின் மேற்குப் பகுதி ஆகிய வற்றில் வாழ்ந்தனர் எனலாம். பஞ்சாபே ஆரியரின் நாகரிக மையமாக இலங்கியது. பரத மக்கள் குழுவே புகழ்பெற்ற மக்கள் குழு. இந்தியாவின் பெயரான பாரதவர்ஷம் இதிலிருந்து வந்ததாகும். சிலர் இந்தப் பெயர் பரத எனும் மன்னன் பெயரிலிருந்து வந்தது என்பர். பரத மக்கள்குழுவினர் மத்தியில் நிலவிய மொழிவழக்குதான் பாரதீ என்று அழைக்கப்பட்ட தாகவும், அதிலிருந்துதான் இந்தியாவைக் குறிக்கும் பாரத எனும் பெயர் வந்ததாகவும் ஒருசாரார் கருதுவர்.

ஆரியர் இந்தியாவுக்கு வந்தபோது இங்கு வாழ்ந்த ஆரியரல்லாத மக்களுக்கும், வந்தவர்களுக்குமிடையில் கடும் போராட்டங்கள் நடைபெற்றன. இந்திரனைப் பற்றிய பாடல்களில் இவை மிகத் தெளிவாகக் காணப்படுகின்றன. ஆரியரல்லாத மக்கள் தாஸ,

தஸ்யுக்கள் என அழைக்கப்பட்டனர். சில வகையில், ஆரியர்களை விட அவர்கள் நாகரிக நிலையில் மேம்பட்டவர்கள். திராவிடர், ஆதிஒஸ்ரலோயிட் மக்கள் முதலியோரே ஆரியர் குறிப்பிட்ட தாஸ, தஸ்யுக்கள் எனப் பொதுவாகக் கொள்ளலாம். 'பணி' என்போர் செல்வந்தராகவும், வணிகராகவும் ஆரியரல்லா தோராகவும் குறிப்பிடப்படுகின்றனர். இவர்களும் மேற்குறிப்பிட்ட கூட்டத்தைச் சேர்ந்தவர்களே.

வேதகாலத்தின் பிற்பகுதியில் ஆரியர் பிற இடங்களுக்குப் புலம்பெயர்ந்து செல்வதையும், அவர்களின் மக்கள் குழுக்களில் மாற்றங்கள் ஏற்படுதலையும், ஆரியரல்லாத மக்களுடன் முன்பைவிட நெருங்கிய தொடர்புகொண்டிருப்பதையும் காணலாம்.[79] இந்தக் காலத்தில், பஞ்சாப்பிற்குக் கிழக்கேயுள்ள பகுதி முக்கியத்துவம் பெற்றது. சரஸ்வதி ஆறு குறிப்பிடப்பட வில்லை. வங்காளவிரிகுடாக் கடலையும், அரபுக் கடலையும் ஆரியர் நன்கு அறிந்துவிட்டனர். எனவே, கடற்கரையை அடுத்த பிரதேசத்திலும் அவர்கள் குடியேறிவிட்டனர் எனலாம். சதபத பிராஹ்மணத்தில் வரும் 'ரேவோத்தரஸ்' நர்மதை எனச் சிலர் கருதுவர். கிரௌஞ்ச என்பது கைலாச மலைப் பகுதியாகும். கௌசீதகீ உபநிஷதத்தில் கூறப்படும் 'தெற்கு மலை' விந்திய மலையாகும். ஆசந்தீவத் (ஹஸ்தினாபுரம்) பரீக்ஷித்தின் மகன் ஜனமேஜயனின் தலைநகராகக் கூறப்படுகிறது. சதாநீர எனும் ஆறு கோசலம், 'விதேஹ' அரசுகளுக்கு எல்லையாகக் குறிப்பிடப் படுகிறது. இந்தக் காலத்தில் ஆரியர் வாழ்ந்த ஐந்து இடங்கள் ஐதரேய பிராஹ்மணத்தில் (8. 14) கூறப்படுகின்றன. அவை: (அ) மத்திய தேசம், (ஆ) பிராசீதிஸ் கிழக்குத் திசையிலுள்ள இடம், (இ) தக்ஷிணாதிஸ் (தெற்கே உள்ள இடம்), (ஈ) பிரதீசீதிஸ் (மேற்கேயுள்ள இடம்) (உ) உதீசீதிஸ் (வடக்கேயுள்ள இடம்) என்பனவாம்.

இவற்றின் எல்லைகளைத் திட்டவட்டமாக வரையறுக்க முடியாது. இந்தக் காலத்திலும் ஆரியர் பல மக்கள்குழுக்களாகப் பிரிந்து வாழ்ந்தனர். ஆனால் பழைய மக்கள்குழுக்கள் சில மறைந்தன. அவற்றுள் சில ஒன்றுபட்டுப் புதிய மக்கள்குழுக் களாக மாறின. புத்தம் புதிய மக்கள்குழுக்களும் சில தோன்றின. இருக்கு வேத காலத்தில் பஞ்சாபில் முதன்மையான மக்கள்

குழுக்களாக விளங்கிய பூரு, அனு, துருக்யு, யது, துர்வச முதலியன முக்கியத்துவம் இழந்தன. பூரு, பரத ஆகிய இரண்டும் குருஜனக் குழுவுடன் ஒன்றுபட்டனர். இவர்களுடன் பஞ்சாலரும் சேர்ந்து பிரபல்யமாய் விளங்கினர்.

ஆனால், பரத மன்னரின் புகழ் மங்கவில்லை. பரத தௌஷ்ற சந்தியும் சாத்ருஜித்தும் சிறந்த அரசராகவும் அஸ்வமேதம் (குதிரை வேள்வி) செய்தோராகவும் குறிப்பிடப்படுகின்றனர். அதர்வ வேதம் குரு மன்னரான பரீக்ஷித் பற்றியும், அவனின் இராச்சியம் பற்றியும் குறிப்பிடுகின்றது. குரு-பஞ்சாலரே பிராஹ்மணகாலத்து விளங்கிய மிகப் பிரபல்யமான மக்கள் குழுவாகும். இவர்களுக்கு ஒரு காலத்தில் ஒரே மன்னனும் இருந்தான். குரு-பஞ்சால மன்னர் சிறந்த யாகம் செய்தனர். ஏனைய மன்னருக்கு முன்மாதிரியாக வேள்வி இயற்றினர். திக்குவிஜயம் செய்தனர். குரு-பஞ்சாலப் பகுதியில் சிறந்த மொழிவழக்கு நிலவியது. இந்தப் பகுதியில் தான் வேத சம்ஹிதைகள், பிராஹ்மணங்கள் திட்டவட்டமாக நிலை பெற்றன. காசி கோசலம் விதேஹம் ஆகிய இராச்சியங்கள் இந்தக் காலத்தின் பிற்பகுதியில்தான் (உபநிஷத காலப் பகுதியில்) பிரபல்யமடைந்தன.

எடுத்துக்காட்டாக, விதேஹ மன்னரான ஜனகன் தத்துவ ஆசிரியராகவும், தத்துவ ஞானிகளின் ஆதரவாளனாகவும் விளங்கினான். அங்க, மகத, வங்க ஆகிய இடங்களை ஆரியர் அறிந்திருந்தாலும் இவை முற்றிலும் ஆரியமயமாகவில்லை. மேற்கில், சிந்து பஞ்சாபில் *நீச்ய, அபாச்ய, பாஹீக, அம்பஷ்ட* ஆகிய மக்கள் குழுக்களும், வடக்கில் கஷ்மீர், வடமேற்கு எல்லையின் மேற்பகுதியில் *உத்தரகுரு, உத்தரமத்ர, மூஜவந்த், மஹாவிர்ஷ, காந்தாரி, பாஹ்லிக, கேசின், கேகய, காம்போஜ* என்போரும் வாழ்ந்தனர்.[80]

ஆரிய கலாச்சாரம் பரவிய முறையைச் சதபத பிராஹ்மணத் தாலும் (1. 4. 1. 10) அறியலாம். விதேஹ அரசனான விதேஹ மாடவன் தன் புரோகிதரான கௌதமராகுகணவொடு சேர்ந்து, சரஸ்வதி ஆற்றங்கரையிலிருந்து வேள்வித் தீயைக் கிழக்குத் திசையாகச் சதாநீர நதிக்கு ஊடாகக் கொண்டு சென்று கோசலத்தை அடைந்து அங்கு குடியிருப்பு ஒன்றை ஏற்படுத்தினான். இதைத்

தனது மக்கள் குழுப் பெயரால் (விதேஹ) அழைத்தான். யாதவர் (சத்வந்த்) ஆரிய கலாச்சாரத்தைத் தென்மேற்கில், ராஜ்புத்தானம், மல்வா, குஜராத், தக்கணம் முதலிய பல இடங்களில் பரப்பினர். ஆரியரல்லாத மக்களோடு எளிதில் இணக்கமுற்று ஒன்றுபடலாயினர். இதனால் பிற்கால நூல்களான இதிஹாஸங்கள், புராணங்கள் இவர்களை அசுரர் என அழைத்தன.

விந்திய மலையைத் தாண்டித் தெற்கேயும் ஆரியர் இந்தக் காலத்தில் குடியேறினர். சதபத, ஐதரேய பிராஹ்மணங்களில் (கிமு 1000ஆம் அளவில்) சத்வந்த், விதர்ப்ப, நிஷாத, குந்தி என்போர் கூறப்படுகின்றனர்.[81]

மேலும், ஐதரேய பிராஹ்மணத்தில் ஆரியர், ஆரியரல்லாதார் சேர்க்கையால் உண்டான சாதியினரும், மிலேச்சரும் குறிப்பிடப் படுகின்றனர்.[82] இதில் ஆந்திரர், புந்திரர், சபரர், புளிந்தர், மூதிபர் ஆகியோர் தாஸ்யுக்கள் எனவும், ஆரியக் குடியிருப்புகளின் எல்லையில் வாழ்ந்தனர் எனவும் குறிப்பிடப்பட்டுள்ளனர். இவர்கள் விஸ்வாமித்திரரின் முதல் 50 பிள்ளைகளின் வழித் தோன்றல்கள். தகப்பனாரின் சாபத்தால் இந்த நிலை அடைந்தனர். ஆந்திரர் பிற்காலத்தில் கோதாவரி, கிருஷ்ணா ஆறுகளுக்கு இடைப்பட்ட பகுதியில் வாழ்ந்தனர். ஆனால் அந்தக் காலத்தில் இந்தப் பகுதியிலோ, இதற்கு வடக்கேயோ வாழ்ந்திருப்பர். புந்திரர் வங்காளத்திலும், சபரர் விசாகப்பட்டினத்தை அடுத்துள்ள குன்றுகளிலும் வசித்திருப்பர். புளிந்தர் மல்வாவிற்குத் தென் கிழக்கேயும் மூதிபர் ஹைதராபாத் பகுதியிலும் வாழ்ந்திருப்பர். கிமு 6ஆம் நூற்றாண்டளவிலும், அதற்குப் பின்னும் எழுந்த வைதிக சூத்திரங்கள் காலத்தால் முந்திய பௌத்த புனித நூல்கள் (கிமு 5-4ஆம் நூற்றாண்டளவில்), வடமொழி இதிஹாஸங்கள், புராணங்கள் ஆகியன ஆரியர் படிப்படியாகத் தெற்கே தென்னந்தம் வரை சென்று தமது நாகரிகத்தைப் பரப்பிய முறையை ஓரளவு குறிப்பிடுகின்றன.

மேலும், இதிஹாஸங்களிலும், புராணங்களிலும் தமிழிலக்கியத் திலும் வரும் அகத்தியர் பற்றிய கதைகள் முக்கியமாகக் குறிப்பிடத்தக்கன. அகத்தியர் விந்திய மலையை அடக்கியமை, இல்வலன், வாதாபி ஆகிய இரு அசுரரைக் கொன்றமை, கடல்நீர்

முழுவதையும் குடித்தமை ஆகியன குறிப்பிடத்தக்கவை. அகத்தியர் ஆரிய நாகரிகத்தின் பிரதிநிதியாகவே கொள்ளப் படுகிறார். முன்னிரண்டு கதைகளும் ஆரியர் விந்திய மலையைக் கடந்து தெற்கே வந்து வெற்றிகரமாகத் தமது நாகரிகத்தைப் பரப்புதலையும், மூன்றாவது கதை அவர்கள் பெருங்கடல்களைத் தாண்டி இந்தியாவுக்கு வெளியே ஈழம், தென் கிழக்காசியா ஆகிய இடங்களுக்குச் சென்று நாகரிகம் பரப்புதலையும் கருவாகக் கொண்டுள்ளன என வரலாற்றாசிரியர் பொதுவாகக் கொள்ளுவர்.[83] இந்தக் கதைகள் பிற்காலத்தில் எழுதப்பட்டவை. ஆயினும் முற்பட்ட கால வரலாற்று நிகழ்ச்சிகளைக் கருவாகக் கொண்டுள்ளன என்பதே அறிஞர் முடிபு.

எனவே, பிந்திய வேதகாலத்தில், ஆரியர் படிப்படியாக வட இந்தியாவின் மத்திய பகுதிகள், கிழக்குப் பகுதிகள், தென்மேற்குப் பகுதிகள் ஆகியவற்றில் குடியேறி, ஆரியரல்லாத மக்களுடனும் ஒன்றுபட்டு இந்தியப் பண்பாட்டை வளர்க்கத் தொடங்கினர் எனலாம். மேலும், அவர்களில், துணிகரமானோர் ஒருசாரார் தெற்கே, தக்கணம், தென்னிந்தியாவரை சென்று விட்டனர். இந்தக் கால முடிவில் ஒரு சிலர் கடல்கடந்து ஈழத் திற்கும் ஆரியப் பண்பாட்டைக் கொண்டுசென்றனர்.[84] இந்தக் காலத்தில் ஆரியரின் முதன்மைக் குடியிருப்பிடம் வட இந்தியா. ஆரிய அரசுகளின் எல்லைகளில் ஆரியரல்லாத மக்களின் அரசுகள் இருந்தன. ஆனால், ஆரியரின் மிகவும் முதன்மையான பண்பாட்டு மையமாகிய ஆரியாவர்த்தம் கிழக்கே காலக வனத்தையும், தெற்கே பாரியாத்திராவையும், மேற்கே ஆதர்சவினையும், வடக்கே இமயமலையையும் எல்லைகளாகக் கொண்டுள்ளது என (சுமார் கிமு 6-5ஆம் நூற்றாண்டுகளைச் சேர்ந்த) பௌதாயன தர்ம சூத்திரம் (1-2-10) கூறுகிறது. இந்த இடத்தில் ஆரியர், ஆரிய ரல்லாதாரின் குறிப்பாகத் திராவிடரின் கலாச்சார சங்கமத்தால் இந்தியப் பண்பாடு உருவாகிப் பிற இடங்களுக்கும் பரவிற்று. வைதிகப் பண்பாட்டின் மையம் இதுவே.

கங்கைச் சமவெளிக்கு ஆரியர் எப்போது வந்தனரோ, அப்போது அவர்கள் இந்திய வரலாற்றில் நிரந்தரமான பதிவை ஏற்படுத்துவர் என்பது திண்ணமாயிற்று. இந்தியாவின் மிகவும் முதன்மையான பகுதி இதுவே.[85]

வரலாறு கண்ட அகில இந்தியப் பேரரசுகளும் முக்கியமான சமய, பண்பாட்டு இயக்கங்கள் பலவும் இங்கேதான் தோன்றிப் பிற இடங்களுக்குப் பரவின. கங்கை புனித ஆறாக விளங்குகிறது. அது பாயும் சமவெளி இந்தியாவின் ஒரு முதன்மையான அல்லது முதன்மையான அரசியல், சமய, பொருளாதார மையமாகவும் விளங்கி வந்துள்ளது. அங்கு ஆரியர் வருகையும் ஆதிக்கம் ஏற்படுத்தலும் மேற்குறிப்பிட்ட உண்மையை வலுப்படுத்துவன.

☐

11

வேதகால அரசியல் நிலை

இருக்குவேத காலத்தில், பெரும்பாலும் முடியாட்சி நிலவியது. மக்கள்குழுக்கள் வாழ்ந்த கிராமங்கள் ஒன்று சேர்ந்து சிறுசிறு அரசுகளாயின. அரசின் தலைவனான மன்னனைக் குறிக்கும் 'ராஜன்' என்ற பதம் பல பாடல்களில் வருகின்றது. பரத மன்னனான சுதாஸிற்கு எதிராகப் பத்து மன்னர்கள் போர் செய்தனர். தானஸ் துதிப் பாடல்களில், பல மன்னர்கள் குறிப்பிடப் படுகின்றனர். ஆரியரல்லாத மக்களிடையிலும், முடியாட்சி நிலவியதை இலிபிச, சுமுறி போன்ற தாஸ மன்னரைப் பற்றிய குறிப்புகளால் அறியலாம். ஒவ்வொரு மக்கள்குழுவிற்கும் தனிப்பட்ட மன்னன் இருந்தான். ஆரியர் காலத்தில் தமக்குள்ளேயும், ஆரியரல்லாத மக்களோடும் பல வேளைகளில் போர் செய்து வந்தனர். போருக்கு மக்களை அழைத்துச் செல்லத் தலைவன் தேவை. இந்தத் தலைவனே நாளடைவில் மன்னனானான். 'மக்கள்குழுத் தலைவன் மன்னனாகவும், அரசனாகவும் விளங்குவதற்குப் போரே காரணம்' என வில்டுரண்ட் என்பவர் கூறியுள்ளது வேத காலத்திற்கும் பொருத்தமானது.

கண, கணபதி போன்ற பதங்கள் இதில் காணப்படுவதால், சிறிதளவு குடியரசுகளும் நிலவின எனலாம்.[86] இந்தக் கால மன்னன் மக்கள்குழு நிலையில்தான் காணப்படுகிறான். மன்னனின் பெயருடன் மக்கள்குழுப் பெயரும் வருகின்றது. பேரரசனைக் குறிக்கும் சாம்ராட் என்னும் பதமும், உலகம் முழுவதையும் ஆளும் மன்னரைக் குறிக்கும் விஸ்வஸ்ய புவனஸ்ய ராஜா எனும் பதங்களும் வருகின்றன. ஆனால் இருக்குவேத மன்னரைப் பொறுத்தவரையில் இவை எந்த அளவிற்குப் பொருத்தமானவை எனத் திடமாகக் கூற முடியாது.

பரத மக்கள்குழுவைச் சேர்ந்த திருத்ஸு மரபில் வந்த சுதாஸ் விஸ்வாமித்திரரின் தூண்டுதலினால், தனக்கு எதிராக வந்த பத்து மன்னர்களை ரவி ஆற்றங்கரையில் வென்று பெரும் புகழ் பெற்றான். (இ.வே. 7.18, 33, 83). இந்த அரசன் வென்றோரில் பூருயது, துர்வச, அனு, துருஹ்ய ஆகிய பிரபல்யமான மக்கள் குழுக்களும் இடம்பெற்றிருந்தன. சுதாஸ்தாஸ மன்னனான பேத(ன்) தலைமையில் வந்த அஜஸ், சிக்ருஸ், யக்ஷுஸ் ஆகியோரை யமுனை ஆற்றங்கரையில் வென்று வாகை சூடினான்.[87]

எனவே இவனின் வெற்றிகள் முதன்மையான ஆதிக்க நிலையைச் சம காலத்தில் ஓரளவு ஏற்படுத்தின. இத்தகைய சூழ்நிலையில் சாம்ராட் எனும் பதம் கவனத்திற்கு உரியது. பத்துமன்னர் (தசராஜ்ஞ) போர் இருக்குவேத-கால மக்கள் குழுக்களின் போராட்டங்களையும் அவற்றால் மேலாதிபத்யம் குறிப்பிட்ட சில பகுதிகளில் ஏற்படுவதையும் குறிப்பதாகவும் கொள்ளலாம்.

மன்னன் பெருமதிப்பும் மேன்மையும் உள்ளவனாக இலங்கினான். பாடல்களிலும் சிறப்புப் பெற்றுள்ளான். பெரிய மாளிகைகளில் வசித்தான் போலும். ஆனால் தெய்வீகத் தன்மையுள்ளவனாகக் கருதப்படவில்லை. திரஸதஸ்யு என்பவன் மட்டும் புறநடையாக, அரைகுறையான தெய்வமாகக் கருதப்பட்டான்.

அரச உரிமை வழிவழியாகவே நிலவிற்று. இதனை எடுத்துக் காட்டாக, பூரு மக்கள்குழுவில், துர்கஹ, கிரிக்ஷித், திரஸதஸ்யு என்போர் ஒருவர் பின் ஒருவராக ஆண்டதனால் அறியலாம். ஆனால் அவசியமாயின் குடிகள் அரச குடும்பத்திலிருந்தோ, பிரபுக்கள் குடும்பத்திலிருந்தோ மன்னனைத் தெரிவு செய்தனர்.

அரசன் மட்டற்ற அதிகாரங்கள் கொண்டவனாக இருக்க வில்லை. மக்கள்குழு மன்றங்களான சபா, சமிதி என்பன அரசியலில் முக்கிய பங்கு பற்றின. ஆனால் இவற்றின் உறுப்பினர் கடமைகள் பற்றி அதிகம் அறிய முடியாது. இதனால், அறிஞரிடையில் இவை பற்றிக் கருத்துவேறுபாடு உளது. சபா கிராம மன்றம் எனவும், சமிதி மக்கள்குழுவின் பொதுமன்றம் எனவும் சிம்மர் எனும் அறிஞர் கருதுவார். சபா சமூகக் கூட்டங்கள்

கூடும் மையமாக மட்டுமன்றி, மன்றம் கூடுமிடம் எனவும், சமிதி மக்கள்குழுவின் அலுவல்களைக் கவனிப்பதற்கான மக்கள் மன்றம் எனவும் கீத் கூறுகிறார்.[88] சமூக, அரசியல் நோக்கங் களுக்காகக் கூடும் கிராம மன்றமே சபா எனவும், சில வேளை களில் சமூகக் கூட்டத்தைக் குறிப்பிட்டாலும் மத்திய அரசாங்கத் திலிருந்த அரசியல் மன்றமே சமிதி எனவும் ஓர் அறிஞர் கருதுவர்.[89] வேதகால ஆரியரின் சிறப்பான பொதுமக்கள் மன்றமே சமிதி எனலாம். சபா மன்னனின் ஆலோசனைக் கழகம் எனவும், வேறோர் அறிஞர் கூறுவர்.[90] சமிதியில் குறிப்பிட்ட மக்கள் குழுவின் பிரமுகர் பலர் இடம்பெற்றனர் எனவும் ஹோமரிய மன்றங்கள், ரோமானிய கொமிதிய, சென்சூரிதிய, தியூத்தோனிய மன்றங்கள் போன்று இதுவும் இராணுவ இயல்புடையது எனவும் பி. கே. மஜும்தார் குறிப்பிட்டுள்ளார்.[91]

எவ்வாறாயினும், மன்னரின் சர்வாதிகாரப் போக்கிற்கு இவை தடையாக விளங்கின. மன்னனுக்கும் மன்றங்களுக்கும் இடையில் மட்டுமன்றி, மன்ற உறுப்பினர் இடையிலும் இணக்கம், ஒற்றுமை நிலவவேண்டுமென வற்புறுத்தப்பட்டது. இருக்குவேத, இறுதிப் பாடல் இத்தகைய ஒற்றுமையை 'ஒன்று கூடுங்கள்; சேர்ந்து பேசுங்கள், ஏக மனதாயிருங்கள்' என அழகாக எடுத்துக் கூறுகின்றது.

மன்னனின் வரம்பற்ற அதிகாரம் புரோஹிதரின் செல்வாக்கு, பெரு மதிப்பு ஆகியவற்றாலும் குறையும். இவர் மன்னனின் ஆன்மிக வாழ்விற்குத் தேவையான சமயக்கிரியைகள் செய்வதுடன் அவனுக்குப் போரில் வெற்றி கிடைப்பதற்கான கிரியைகள், மாந்திரிக விதிகளையும் செய்வர்; ஓதுவர். அவனுக்கு ஆலோசனை கூறுவர்.

குடிகளைப் பாதுகாப்பதே அரசனின் புனித கடமையாகும். அதற்குப் பதிலாக அவன் குடிகளின் ஆதரவு, பற்று முதலிய வற்றை எதிர்பார்த்தான். பலி எனும் பதம் இருக்கு வேதத்தில் வரி அல்லது கடவுளுக்கு அளிக்கும் அமுது எனப் பொருள்படும். தொடக்கத்தில் மக்கள் தமக்குப் பாதுகாப்பை அளிக்கும் வேந்தனுக்குக் கைம்மாறாகத் தாமாகவே கொடை வழங்கினர். இந்தக் கொடை பின்னர் ஒழுங்கான வரியாயிற்று. இந்தக் காலத்தில் திட்டவட்டமான வரி முறை நிலவவில்லை. வரியைப்

பொருளாகவே மன்னன் பெற்றான் எனலாம். பொதுவாக, நிலங்கள் மன்னனுக்கு உரியவை அல்ல.

இந்தக் கால மன்னன் போர்த் தலைவனாகவே விளங்கினான். மன்னன், பிரபுக்கள் தேர்களிலும், பொது மக்கள் நிலத்தில் நின்றும் போர்புரிந்தனர். போர் அணி வகுப்புகள் பற்றிக் கூறப்படுகின்றது. போர்ப்பறைகள், கொடிகள் இடம் பெற்றன. அம்பு, வில்லு, ஈட்டி, கோடரி, வாள், கவண் முதலியன போரில் பயன்படுத்தப்பட்டன.

குதிரை பூட்டிய தேர்ப்படையும், காலாட்படையும் குறிப்பிடத் தக்கன. நிலையான படை இருக்கவில்லை. ஆரியரின் வெற்றி களுக்கு எளிதாக விரைவில் செல்லும் குதிரை பூட்டிய தேர்ப்படை ஒரு முக்கிய காரணமாகும்.[92] பிற இடங்களை முற்றுகையிடும் போது தீ வைத்தனர்; பகைவரின் கோட்டைகளைத் தகர்த்தனர். இருக்கு வேதத்தில் வரும் ஹரியூபிய ஹரப்பா என அறிஞர் சிலர் கருதுவர்.

இந்தக் கால நிருவாக அமைப்பில், கிராமத் தலைவரான கிராமணீ, படைத் தலைவரான சேனானீ, சமய ஆலோசகரான புரோஹிதர் குறிப்பிடத்தக்க அதிகாரிகளாவர். ஒற்றர்கள் நாட்டில் நிகழ்வனவற்றைப் பற்றி மன்னருக்கு அறிவிப்பர். நீதிபரிபாலனம் ஓரளவு நடைபெற்றது. மன்னரே நீதியின் ஊற்று. குற்றவியல், குடியியல் (சிவில்) வழக்குகள் விசாரிக்கப்பட்டுத் தீர்க்கப் பட்டன.

வேத காலத்தின் பிற்பகுதியில் ஆரியருடைய அரசியல் நிலைகளில் மாற்றங்கள் ஏற்படலாயின. முந்திய வேதகால அரசியல் நிலையின் சில கூறுகள் தொடர்ந்து நிலவின. முடியாட்சியே தொடர்ந்து நிலவிற்று. குடிகளின் விருப்பம், தேர்வு, அரசரின் குணாதிசயங்கள் என்பன மன்னரைத் தெரிவு செய்தலில் கவனிக்கப்பட்டன. அரசன் தெய்வீகத் தன்மை வாய்ந்தவன் என்ற கருத்துப் பொதுவாக நிலவியது. இந்தக் கருத்து ஏற்கனவே இருக்கு வேதத்தில் தொனித்தாலும் இந்தக் காலத்தில், வாஜபேஜ, ராஜசூய வேள்விகளை வேந்தன் செய்விப்பதால், மன்னன் பிரஜாபதியுடன் சமமாகக் கருதப்படுகிறான். 'அரசன் பிரஜாபதியின் வடிவமாகக் காட்சி அளிக்கிறான். எனவே அவன் தனியாகவே பலரை ஆளுகிறான்' எனச் சதபத பிராஹ்மணம் கூறும்.

அரச முறையில் தேர்தல், தெய்வீகத்தன்மை முதலியவற்றுடன் ஒப்பந்தக் கோட்பாடும் (தியரி ஆஃப் காண்ட்ராக்ட்) ஓரளவு தொனிப்பதாகப் பேராசிரியர் ஆர். சி. மஜூம்தார் குறிப்பிட்டு உள்ளார்.[93] இந்தக் காலத்திய கோன்மையின் தாராண்மைக் கருத்துகளை ஓரளவு யஜுர் வேதத்தில் காணலாம். புரோஹிதர் மன்னனுக்கு மகுடாபிஷேகம் நடைபெறும்போது கூறுவதாவது:

> மன்னராக நீர் இன்று தொடக்கம் வலியோரையும் மெலியோரையும் பாரபட்சமின்றி நடத்துவீராக. மக்களுக்கு நன்மை புரிவதில் மட்டும் மிகவும் முயல்வீராக. யாவற்றுக்கும் மேலாக நாட்டைத் துன்பங்களிலிருந்தும் காப்பாற்றுவீராக' என்பதாம். இதே வைபவத்தில் மன்னன் தான் தவறு இழைத்தால் தனக்குப் பிற்சந்ததி அற்றுப் போவதாக எனத் தான் சத்தியம் செய்யும் போது கூறுகிறான். ஆகவே, இந்திய மன்னர் முற்றான கடுங்கோன்மை வாதிகள் அல்லர்.

எனப் பேராசிரியர் மஜூம்தார் வற்புறுத்தியுள்ளார்.[94]

பிந்திய வேதகாலத்தில் ஆரியர் பல திசைகளிலும் வெற்றி கரமாக முன்னேறினர். பெரிய அரசுகள் தோன்றின. இவற்றால், மன்னரின் மாட்சிமை, அதிகாரம் முதலியன அதிகரித்தன. அவர்கள் அஸ்வமேதம், வாஜபேயம் போன்ற பெருவேள்விகளை நடத்தினர்; ஏகராட், சார்வபௌமம போன்ற விருதுப் பெயர் தரித்தனர். சிலர் ஐந்திர மஹாபிஷேகமும் செய்தனர்.

முடியாட்சி வழிவழியாகவே நிலவி வந்தது. பத்துத் தலைமுறைக்கு (தச-புருஷம்-ராஜ்யம்) ஆளப்பட்டு வந்த இராச்சியம் பற்றியும் குறிப்பு உளது. சில வேளைகளில் குடிகளே அரசனைத் தெரிவு செய்தனர் (அவே 19-3-4). நாடுகடத்தப்பட்ட அரசர் திரும்பவும் ஆட்சி புரிந்தமை பற்றிய குறிப்பு உண்டு. அரசர் ஆதிக்கம் வலுப்பெற்றாலும், குடிகள் சீறின், பல தலை முறைகளாக ஆண்டுவந்த மன்னனும் பதவி இழந்ததைப் பத்துத் தலைமுறையாக ஆண்டு வந்த சிருஞ்ஜய மன்னனான துஷ்டரீது பவும்சாயன நாடுகடத்தப்பட்டதால் அறியலாம்.

கணராஜ்யங்கள் அல்லது குடியரசுகள் ஆரிய கலாச்சார மையத்தின் எல்லைகளில் நிலவின. சபா, சமிதி ஆகியன தொடர்ந்து முக்கியத்துவம் பெற்றுவந்தன. அதர்வ வேதத்தில் மன்னன்

'பிரஜாபதியின் இரு புத்திரிகளான சபாவும், சமிதியும் எனக்கு இடைவிடாது உதவி புரிவீர்களாக' என வேண்டுகிறான், சபாவில் நீதி தொடர்பான விடயங்களும் கவனிக்கப்பட்டன. 'சபா' முதல்வர் சபாபதி என அழைக்கப்பட்டார். சபாவில் பொதுமக்கள் கூட்டங்கள், களியாட்டங்கள் நடைபெற்றன எனலாம். சமிதியில் பெரும்பாலும் அரசியல் கொள்கைகள், சட்டங்கள் முதலியன உருவாக்கப்பட்டன.

ஆனால் காலப்போக்கில், மன்னனின் அதிகாரம் அதிகரிக்கவே, அலுவலகப் பதவணிக் குழுவினர் தோன்றினர். இதன் விளைவாகப் பொதுமக்களின் மன்றங்கள் முக்கியத்துவம் இழந்தன. சமிதி முற்றாக மறைந்தது. சபா அரசனுடைய அவையாக மாறிற்று.

அரசருக்கு உதவியான அதிகாரிகளில் புரோஹிதர், சேனானீ, கிராமணீ, பாகதூத (வரி சேகரிப்பவர் அல்லது உணவு விநியோகம் செய்பவர்), சூத (தேர்ச் சாரதி), சங்கிரஹீதிர் (பொருளாளர்), அக்ஷாவாய (சூதாட்ட மேற்பார்வையாளர்), தக்ஷன் (தச்சன்), ரதகார (தேர் செய்பவன்), ஸ்தபதி (நீதிபதி அல்லது தேசாதிபதி) முதலியோரைக் குறிப்பிடலாம். இவர்களில் கடைசியாகக் குறிப்பிட்டவரைத் தவிர்ந்த ஏனையோர் ரத்னின் என அழைக்கப்பட்டனர். இவர்கள் ராஜசூயத்தில் இடம்பெற்றமையிலிருந்து, இவர்களின் முக்கியத்துவம் வெள்ளிடைமலை.

புரோஹிதர் செல்வாக்கு ஓரளவு மேம்பட்டு நிலவியது. பிருஹதாரண்யக உபநிஷத்தில் (1-4-12) மன்னருடைய அதிகாரமும் பிராமணரிலிருந்து தோன்றியதாகக் கூறப்பட்டுள்ளது. எனினும், மன்னரின் அதிகாரம் அதிகரித்ததேயன்றிக் குறையவில்லை. அரசன் தொடர்ந்து பலி (வரி) பெற்றுவந்தான். பாக என்ற சொல் பிற்கால இந்திய அரசுகளில் சேகரிக்கப்பட்ட வரியைக் குறிக்கும் சொல்லாகும். இந்தச் சொல், இந்தக் காலத்தில் வழங்கத் தொடங்கிவிட்டது. வரிசேகரிப்பவர் (பாகதூத) ஒரு முக்கியமான அதிகாரி. பொதுவாகப் பிற்காலத்தில் குடிகளின் வருமானத்தில் ஆறிலொரு பகுதி பாக என அழைக்கப்பட்டது. அதன் விகிதம் குறைந்தும் கூடியுமிருந்ததைப் பிற்காலத்திய அர்த்த சாஸ்திரம்[95] போன்ற நூல்களால் அறியலாம்.

அரசன் தானே போருக்குத் தலைமைதாங்கி வந்தான். முக்கியமான தண்டனை அதிகாரியாகவும் அரசரே இலங்கினார். அவருக்கு உதவியாகப் பல அதிகாரிகள் இருந்தனர். கிராமத்தில் ஏற்படும் சிறு பூசல்களைக் கிராம்யவாதின் தீர்த்து வைப்பார். குற்றவியல், குடியியல் குற்றங்களுக்குத் தண்டனை விதிக்கப் பட்டது. அங்கக் குறைப்பு, கடுந்தேர்வு (ஆர்டீல்) போன்றவையும் விதிக்கப்பட்டன.

தருமம் நன்கு வற்புறுத்தப்பட்டது. தருமமே கொடுங்கோல் வேந்தனைத் தண்டிக்கும். 'தருமமே ஷத்திரியருக்குப் பலமளிக்கும். எது தர்மமோ அதுவே சத்தியம். அரசரும் இதற்கு உட்பட்டவராவர்' எனப் பிருஹதாரண்யக உபநிஷத் கூறும் *(1-4-14).*

☐

12

வேதகாலச் சமய தத்துவ நிலை

ஆரியருடைய சமயம் பற்றிய பல கூறுகளை வேத இலக்கியத்தில் ஓரளவு அறியலாம்.[96] கர்ப்பமாகிய காலம் தொட்டு மரணம் வரையும் ஆரியரின் வாழ்க்கையில் சமயம் முக்கியமான இடம் பெற்றிருந்தது. இருக்குவேத காலச் சமய நிலைக்கும், பிந்திய வேத காலச் சமயநிலைக்கும் இடையில் வேறுபாடுகள் இருந்தன. பல நூற்றாண்டுகளில் பாடப்பட்ட பாடல்களின் தொகுப்பாகவே இருக்குவேதம் விளங்குகிறது. இதில் ஆதி மக்களின் சமய நம்பிக்கைகள் காணப்படுவதில் வியப்பில்லை. ஆதி மனிதனின் சமயம் வளர்ச்சி அடைவதை இங்கும் காணலாம்.

இந்தக் கால ஆரியர் பிரதானமாகத் தேவர்களை (லத்தீன்-தியுஸ்- ஒளியுள்ளவற்றை) வணங்கினர்.[97] இவர்கள் இயற்கையின் பல்வேறு கூறுகளைக் கண்டு வியப்புற்றனர். உஷா, சூரியன், அக்கினி (தீ) முதலியோர் பற்றிய பாடல்களில், இயற்கையின் நலத்தை மக்கள் எவ்வாறு ஏற்றுக்கொண்டனர் என்பதை உணரலாம். இந்தத் தெய்வங்களுக்கு மனிதப் பண்புகள் ஏற்றிக் கூறினர். இவர்களுடன் இருஷிகள் நெருங்கிய தொடர்பு கொண்டிருந்தனர். இந்திரன், வருணன் போன்ற தெய்வங்களின் இயற்கைக் கூறுகளைத் தெளிவாக அறிய முடியாதுள்ளது. ஒரு தெய்வத்தின் விருதுப் பெயர் அந்தத் தெய்வத்தின் ஒரு கூற்றைக் குறித்துப் பிறகு நாளடைவில் தனித் தெய்வத்தையும் குறித்தது. எடுத்துக்காட்டாக, சவிதிர் சூரியனின் ஓரம்சமான ஊக்குவித்தலைக் குறித்து நாளடைவில் தனித் தெய்வமாயிற்று. பல தெய்வ வணக்கம் நிலவிற்று.

ஆனால், மாக்ஸ்முல்லர், இருக்குவேத காலச் சமயத்தை 'கதனோ-தீஸம்' என வர்ணித்துள்ளார். அதாவது, ஒரு நேரத்தில் ஒரு தெய்வமே பெருந் தெய்வமாகக் கருதப்படும். பிறிதோரிடத்தில், இதே தெய்வத்தைவிட பார்க்க வேறொரு தெய்வம் உயர்ந்த நிலையில் உள்ளதாக வணங்கப்படும். எல்லாத் தெய்வங்களையும் ஒன்று சேர்த்து, 'விஸ்வே தேவா' என வணங்கினர். இருக்கு வேதத் தெய்வங்கள் முப்பத்து மூன்று எனக் கூறப்படும். இந்த தெய்வங்கள் உலகத்தின் மூன்று பிரிவுகளிலும் உள்ளனர்; பொதுவாக நன்மையே புரிவர். இந்த தெய்வங்களை அவர்கள் வீற்றிருக்கும் இடம் நோக்கி யாஸ்கர் (கிமு 6ஆம் நூ. அளவில்) மூன்று பிரிவாக வகுத்துள்ளார்.

முதலாவதாக, வானம், வருணன், சூரியன், விஷ்ணு, உஷா போன்ற விண்ணுலகத் தெய்வங்களைக் குறிப்பிடலாம். இரண்டாவதாக, இந்திரன், ருத்திரன், மருத்ஸ், பர்ஜன்ய முதலிய வளிமண்டலத் தெய்வங்களையும், இறுதியாகப் பிருதுவீ, அக்கினி, சோம போன்ற பூவுலகத் தெய்வங்களையும் குறிப்பிடலாம். இந்தத் தெய்வங்களில் இந்திரன், அக்கினி, சோம என்போரே மிகமுக்கியமானவர். இருக்கு வேதத்தில் 25 விகிதப் பாடல்கள் இந்திரனைப் பற்றியவை. போர்புரிந்து வெற்றிகரமாக முன்னேறி வந்த ஆரிய சமுதாயத்தில் போர்த் தெய்வமான இந்திரன் முக்கியத்துவம் அடைந்ததில் வியப்பில்லை. இந்திரனுக்கு அடுத்தபடியாக அக்கினியே பிரதான தெய்வமாகும். குளிர் வலயத்தில் வாழ்ந்த மக்களுக்குத் தீயின் முக்கியத்துவம் வெள்ளிடை மலை. வைதிக சமயக்கிரியைகளில் இன்றும் தீவழிபாடு தொடர்ந்து முக்கியத்துவம் பெற்றுவருகின்றது. தீவணக்கம் இந்தியாவுக்கு வந்த ஆரியர் மத்தியில் மட்டுமன்றிப் பழைய ஈரானியர், கிரேக்கர், உரோமர் முதலிய பிற ஆரியர் மத்தியிலும் நன்கு நிலவியது.

இந்தப் பிரபஞ்சத்திலுள்ள ஒழுங்கு ருத என அழைக்கப் பட்டது. சிரத்தா (நம்பிக்கை), மன்யு (கோபம்) போன்ற பண்புப் பதங்களும் தெய்வீகத் தன்மை பெற்றன. பல தெய்வ வணக்கம் நிலவிய போதிலும் எல்லாம் ஒரே பரம்பொருள் எனும் கருத்தும் நிலவிற்று. இந்த ஏக தெய்வ வணக்கம் நிலவியதை 'ஏகம் ஸத் விப்ரா பஹுதா வதந்தி (இ.வே. 1. 164. 46) உண்மைப் பொருள்

ஒன்றே; ஞானிகள் பலவாறு கூறுகின்றனர். அதாவது, இதை, அக்கினி மாதரிஷ்வன் எனக் கூறுவர்' என்பதால் அறியலாம். மேலும் இந்தக் கருத்து 'எங்களின் பிதா, சிருஷ்டிகர்த்தா விதாதா, (ஒழுங்குபடுத்துபவர்) ஆகிய இறைவன் உலகம் அனைத்திலுமுள்ள நிலைகளையும், பொருள்களையும் அறிபவர்; அவர் பல தெய்வங்களைத் தாங்கி நிற்கும் ஒரேயொருவர்' என இருக்கு வேதம் (10. 82. 3), யஜுர் வேதம் (17-27), அதர்வவேதம் (2. 1. 3) ஆகியவற்றில் வருவதும் குறிப்பிடத்தக்கது.

காலம் செல்ல, ஆரியர் உலகம் பற்றிச் சிந்திக்கத் தொடங்கினர். இருக்குவேத காலத்தின் பிற்பகுதியில் தோன்றிய சில பாடல்கள் இத்தகைய சிந்தனைகளைப் பிரதிபலிப்பன. எடுத்துக்காட்டாக, உலகப் படைப்பு பற்றிய பாடலில் (10. 129 7) உலகம் தானாகவே முகிழ்த்ததா அல்லது இறைவனால் உண்டாக்கப்பட்டதா என வினவப்படுகிறது. இந்தியத் தத்துவஞான ஊற்றின் தொடக்கம் இங்கு காணப்படுகின்றது. இதில், உலகம் தானாகவே முகிழ்த்தது எனும் 'பரிணாம வளர்ச்சி' கருத்தும், கடவுளே இந்தப் பிரபஞ்சத்தைப் படைத்தார் என்ற கருத்தும் தொனிக்கின்றன. இந்தியத் தத்துவத்தில் படைத்தற் கடவுளான பிரம்மா, ஒழுங்கு படுத்துபவர் எனப் பொருள்படும் விதாதா என அழைக்கப் படுவதும் குறிப்பிடத்தக்கது. வேறு சிலவற்றில், எந்தத் தெய்வத் திற்கு அவி அளிப்போம்? எனும் ஐயப்பாடு உள்ளது.

ஆரியரின் சமய வாழ்க்கையில் வேள்வியே முதன்மை இடம் வகித்தது.[98] தெய்வங்களுக்குப் பலியளித்து வணங்கினர். இந்தக் கால வேள்வி முறை சாதாரணமானது. பலிகளை வேள்வித் தீயில் இட்டனர். அக்கினியே ஏனைய தெய்வங்களுக்கும், மனிதருக்கும் தூதுவராவர். தெய்வங்களைப் பிரீதிப்படுத்தவும், உலக இன்பங்களைப் பெறவும் வேள்வி இயற்றினர். சாதாரண வீட்டு வேள்விகள் மட்டுமின்றி, பெரிய வேள்விகளும் இயற்றப் பட்டன. சாதாரண வீட்டு வேள்வியை இல் வாழ்வான் இல்லக் கிழத்தியுடன் இயற்றுவான். இந்தக் கால ஆரியர் இந்த உலக இன்பங்களைத்தான் பெரிதும் நாடினர். நீண்ட ஆயுள் (100 ஆண்டுகள்), மிகுதியான செல்வம், வீரமைந்தர் முதலியன வற்றையே பெரிதும் விரும்பினர். மறுவுலக சிந்தனை பற்றிய ஒரு சில குறிப்புகளே வருகின்றன. இறந்த பிறகு ஒருவர் இரண்டு

வழிகளால், தேவர் உலகத்திற்கும், பிதிரர் உலகத்திற்கும் செல்வர். யமலோகத்தில் யமனும் யமீயும் அமரர்க்குரிய இன்பத்தில் திளைப்பர். இத்தகைய விண்ணை வேள்வி இயற்றுதலால் அடையலாம். பாவம் என்பது பிரபஞ்ச அல்லது உலக ஒழுங்கை (ருதம்) மீறுதல் அல்லது வேள்வி இயற்றாது விடுதலாகும். இருக்கு வேதத்தில் சில பாடல்களில் தவம் செய்யும் மௌனி முனிவர்கள் பற்றிய குறிப்புகள் காணப்படுகின்றன.

வேதகாலத்தின் பிற்பகுதியில் நிலவிய சமய நிலையைக் கவனிக்கும்போது அதர்வ வேதத்தை முதலில் குறிப்பிடலாம். ஏனைய வேதங்களில் காணப்படாத பாமர மக்களின் நம்பிக்கைகள் இதில் இடம்பெற்றுள்ளன. பெரும்பாலும் இதில் நன்மை அல்லது தீமை விளைவிக்கும் மாந்திரிக விதிகள் உள்ளன. பல காலத்திற்குப் பின்னரே இஃது ஒரு வேதமாகச் சில மாற்றங்களுடன் ஏற்றுக் கொள்ளப்பட்டது. 'அசுரர்களைச் சாந்திப்படுத்தலும், நண்பர் களுக்கு நன்மை ஏற்படுத்தலும், பகைவர்களைச் சபித்தலும்' இந்த வேதத்தின் முதன்மை நோக்கமாகும்.[99] பூமி, வருணன், ருத்திரன் பற்றிய சில பகுதிகள் குறிப்பிடத்தக்கன.

தொடக்க காலத்தில் எளிமையாயிருந்த வேள்விகளில் காலம் செல்லப் பெரிய கிரியைகள் இடம்பெறலாயின. செல்வந்தர், வறியோர் தத்தம் வீடுகளில் செய்துவந்த வேள்விகள் எளிமை யானவை; சில வேள்விகள் நாள்தோறும் அல்லது சில பருவங்கள் தோறும் செய்யப்பட்டன. அதர்வவேத மந்திரங்கள் பெருமளவு வீட்டுச் சடங்குகளிலேயே பயன்படுத்தப்பட்டன. பிந்திய வேதங்கள், பிராஹ்மணங்களில் பெரிய வேள்விகள் அதிக முக்கியத்துவம் பெற்றன. இவற்றில் பயன்படுத்துவதற்காகவே சாம, யஜுர் வேதங்கள் தொகுக்கப்பட்டன. ஒழுங்கான வேள்வி முறையே பிராஹ்மணங்களின் பொருளாக உள்ளது. ஆஹவனீயம், கார்ஹபத்யம், தாக்ஷிணாத்யம் ஆகிய முத்தீ வளர்க்கப்பட்டது. பெரிய பலிபீடங்கள் அமைக்கப்பட்டன.

பல புரோஹிதர் ராஜசூய, வாஜபேய போன்ற பெரிய வேள்விகள் இயற்றுவதில் ஈடுபடுத்தப்பட்டனர். யஜமானன் (வேள்வி இயற்றுவிப்போன்) பெரிய தக்ஷிண (கொடை) கொடுத்தான். சொற்களைச் செவ்வனே உச்சரிப்பதில்தான்

வேள்விகளின் பலன் ஏற்படும் என்பதை உணர்ந்திருந்தனர். வேள்வியால் தெய்வங்களையும் கட்டுப்படுத்தலாம் என்று எண்ணியிருந்தனர். இருக்கு வேதத்தில் தெய்வங்களைப் பிரீதிப் படுத்தி நன்மை பெறுதற்கான கருவியாகவே வேள்வி பயன் படுத்தப்பட்டது. ஆனால் இந்தக் காலத்தில் வேள்வியே யாரையும் கட்டுப்படுத்தவல்ல, எதையும் சாதிக்க வல்ல கருவியாக மாறிற்று. ஆரிய நாகரிகம் பரவியிருந்த இடங்களில், தீ வணக்கமும், அதற்கான கிரியைகளும் பரவின. ஆரிய நாகரிகச் சின்னமாக இவை இலங்கின.[100] இந்திரன், வருணன் முதலிய இருக்கு வேதகாலத்திய முதன்மை தெய்வங்கள் முன்னைய முக்கியத்துவத்தை இழந்தனர். யஜுர் வேதம், பிராஹ்மணங்கள் ஆகியவற்றில் பிரஜாபதியே பிரதான தெய்வமாகும்.

ருத்திரன் (சிவன்), விஷ்ணு பிரபல்யமடைந்தனர். யஜுர் வேதத்தில் பிரஜாபதி, ருத்திரன், விஷ்ணு ஆகியோர் பிரபல்ய மடைவதைக் காணலாம். புராணங்களில் நன்கு வளர்ச்சியுற்ற திரிமூர்த்தி (பிரம்மா, விஷ்ணு, ருத்திரன்) கோட்பாட்டின் ஆரம்பத்தையும் இந்த நூலில் காணலாம்.[100அ]

ருத்திரனுடன் அம்பிகா சக்தியாகவன்றிச் சகோதரியாகவே கூறப்பட்டுள்ளார். யஜுர்வேதம் வாஜஸனேயீ சம்ஹிதையில் (16இல்) வரும் சதருத்திரீயம் குறிப்பிடத்தக்கது. இதில் ருத்திரனின் நூறு நாமாவளீ கூறப்படுகின்றது. இவற்றுள், மஹாதேவ, ஈசான, சங்கர, சிவ, பசுபதி, நீலக் கிரீவ, சிதிகண்ட முதலியவை குறிப்பிடத்தக்கன. ஐதரேய, சதபத, கௌசீதகீ பிராஹ்மணங்களில் ருத்திரன் பிரபல்யம் அடைவதைக் காணலாம். விஷ்ணுவும் இந்தக் காலத்தில் பிரபல்யமடையத் தொடங்கி விட்டார்.

இருக்குவேதத்தில் சிவபிரான், ருத்திரன் எனும் பெயரில் சிலபாடல்களில் குறிப்பிடப்படுகின்றார். ஓயாது போர் புரிந்து கொண்டிருந்த ஆரிய சமூகத்தில் போர்த்தெய்வமான இந்திரனுக்கு இருக்கு வேதத்தில் முக்கியத்துவம் அளிக்கப்பட்டதிலிருந்து ருத்திரனோ, விஷ்ணுவோ பிரபல்யமற்ற தெய்வங்கள் எனத் திடமாகக் கூறமுடியாது.[101] ஆரியரல்லாதோர் குறிப்பாகத் திராவிடர் தொடர்புகள் அதிகரித்தன; இரு சாராரும் பல கருத்துகளைப்

பரிமாறிக்கொண்டனர். சமயத்துறையில், முக்கியமாக இருக்கு வேத காலத்திற்குப் பிந்திய வேத இலக்கியம், இதிஹாசங்கள், புராணங்கன் ஆகியவற்றில், எடுத்துக்காட்டாக, சிவபிரானைப் பற்றிய கருத்துகளில் ஆரியரல்லாதோர் கருத்துகளே மேலோங்கின எனலாம். ஆரியர் இடையில் தொடக்கத்தில், பிரபல்யமாகப் பாடல்கள் பலவற்றில் போற்றப்பட்ட தெய்வங்கள் இந்தியச் சூழ்நிலை மாற்றத்தால் பிரபல்யம் குன்றினர். எடுத்துக்காட்டாக, வருணன் நீர்த் தெய்வமானான். இந்திரன் தேவலோக அரசனானான். ஆரியரில் ஒரு பிரிவினரான ஆதி-கிரேக்கர் எவ்வாறு மைனோவன், மைசீனியன் நாகரிகங்களில் காணப்பட்ட மேலான நாகரிகக் கூறுகளைப் புறக்கணிக்காமல், தமது நாகரிகத் திற்கு ஏற்பப் பயன்படுத்தித் தமது நாகரிகத்தை வளர்த்தனரோ அவ்வாறே இந்தியாவுக்கு வந்த ஆரியரும் ஆரியரல்லாத மக்களிடம் நிலவிய நாகரிகக் கூறுகள் பலவற்றைத் தமதாக்கினர் எனலாம்.

மேலும் உபநிஷத காலத்தில் முக்கியத்துவம் பெற்ற பிரஹ்மன்-ஆத்மன் கோட்பாடு, கர்மம் பற்றிய கருத்துகளின் கருவைப் பிராஹ்மணங்களில் காணலாம். உலகத் தோற்றம் பற்றிய கதைகள் சிலவும் இந்த நூல்களில் உள்ளன.

வைதிகக் கல்வி, வேள்வி ஆகியவற்றிற்கு எதிர்ப்புகள் தொன்மைக் காலம் தொட்டு நிலவிவந்தன.[101அ] மண்டூக சூக்தத்திலும் (இவே *7. 163*), ஐதரேய ஆரண்யகத்திலும் (iii. 2.6.8), பிறகு கௌசீதகீ உபநிஷதத்திலும் *(2. 5)* இந்தப் போக்கைக் காணலாம். எடுத்துக்காட்டாக, ‘ஏன் வேதங்களை ஓதவேண்டும்? வேள்வி இயற்ற வேண்டும்’ (ஐஆ *2.* iii. *6. 8*), ‘இந்தப் பாடல், இந்தப் பாடல் என மக்கள் குறிப்பிடுகின்றனர். ஆனால் இந்தப் பாடலின் கருத்து அவர்களுக்குத் தெரியுமா?’ (ஐஆ *2. 1. 2.1*) முதலியனவற்றைக் குறிப்பிடலாம்.

இப்படிப்பட்ட எதிர்ப்புகள், ஐயப்பாடுகள் வேள்விகளை மிதமிஞ்சி வற்புறுத்திய பிந்திய வேதகால முற்பகுதியில்தான் நன்கு நிலவியமை தெளிவு. வேள்விச் சடங்குகளில் அதிருப்தி யுற்றோரில் ஒருசாரார் காட்டிற்குச் சென்று வேள்விகளைப் பற்றித் தியானம் செய்து அவற்றின் உள்கருத்துகளை விளக்கினர்.

இவ்வாறே ஆரண்யகங்கள் எழுந்தன. இந்த வகையான நூல்களில் மேற்குறிப்பிட்டவாறு வேள்விகள் பற்றிய வினா, ஐயப்பாடு எழுந்ததில் வியப்பில்லை. இந்த நூல்கள் காட்டிலுள்ள தபோதனர் கற்கக்கூடிய முறையில் அமைந்துள்ளன. பின்னர் கூறப்படும் நால்வகை ஆச்சிரமங்களில் ஒன்றான வானப் பிரஸ்தர் கற்கும் நூல்களாக ஆரண்யகங்கள் அமைந்துள்ளன.

இந்த நூல்கள் பிராஹ்மணங்களையும் உபநிஷதங்களையும் இணைத்து வைக்கின்றன. பிராஹ்மணங்கள் கூறும் வேள்விக்கும் உபநிஷத தத்துவத்திற்கும் இடையிலுள்ள இணைப்புப் பந்துதாத் தொடர்பு மூலம் விளங்கப்படுத்தப்படும். 'பிராஹ்மணங் களிலிருந்து உபநிஷதங்களுக்கு இந்தியச் சிந்தனை வளர்ச்சி யடைதல் இந்தியத் தத்துவ வரலாற்றில் மிகவும் முக்கியமான நிகழ்ச்சி எனலாம்' எனப் பேராசிரியர் டாஸ் குப்தக் குறிப்பிட்டு உள்ளார்.[102]

'உபநிஷதங்கள் கூறும் முதன்மை விடயம் தத்துவம் பற்றிய பிரச்சினையாகும். அதாவது, உண்மையைத் தேடுவது.'[103] உண்மைப்பொருளை அறியும் ஆவலே உபநிஷதங்களில் மேலோங்கிக் காணப்படுகின்றது. 'உபநிஷத ஞானிகள் ஒருவரைச் சத், சித், ஆனந்தமாகிய பரம்பொருள் பாற்படுத்துகின்றனர்.[104] ஞானத்தை அறிவுறுத்தும் இந்த நூல்கள் ஞானகண்டம் எனவும் வேள்வி முதலியவற்றை வற்புறுத்தும் முந்திய நூல்கள் கர்ம காண்டம் எனவும் கூறப்படும்.

உபநிஷதங்கள் கூறும் பரஞானம் பிரமவித்யா அதாவது பரம்பொருள் பற்றிய அறிவு எனப் பொருள்படும். இதை அறிந்து ஆன்ம ஈடேற்றம் பெறவேண்டும் என்ற வேணவா மிகுத்துக் காணப்படுகின்றது. எடுத்துக்காட்டாக, உபநிஷதங்களில் வரும் பிரார்த்தனைகளில் ஒன்று குறிப்பிடத்தக்கது. அதாவது, 'அசத் திலிருந்து (உண்மையற்ற பொருள் அல்லது நிலையிலிருந்து) சத்திற்கு (உண்மையான பொருள் அல்லது நிலைக்கு) கொண்டு செல்வீராக. (அஞ்ஞான) இருளிலிருந்து (ஞான) ஒளிக்குள் சேர்ப்பீராக. மரணத்திலிருந்து (அழியும் நிலையிலிருந்து) அமிர்தத்திற்குள் (அழியாநிலைக்குள்) செலுத்துவீராக (பிருஹ தாரண்யக உபநிஷத் 1. 3. 28).'

உபநிஷதங்களில் கூறப்படும் சமய, தத்துவக் கோட்பாடுகள் வேத சம்ஹிதைகள், பிராஹ்மணங்கள் ஆகியவற்றில் கூறப்படு பவற்றிலிருந்து ஓரளவு வேறுபட்டன. வேள்விகளால் பலன் இல்லை எனப் பிருஹதாரண்யக (1. 4. 10), முண்டக (1. 2. 18) முதலிய உபநிஷத்துகள் வற்புறுத்துவன. 'தத்துவமஸி' (நீயே அது) அதாவது பரமாத்மனும், ஜீவாத்மனும் ஒரே பொருள் என்பதே உபநிஷத தத்துவத்தின் சாராம்சமாகும். 'இந்த உலகம் முழுவதும் அதை (பிரமத்தை) அடக்கியுள்ளது; அதுவே, உண்மை. 'அதுவே ஆத்மா; அது நீயே சுவேதகேது' என உத்தாலகர் சுவேத கேதுவிற்குச் சாந்தோக்கிய உபநிஷதத்தில் (6. 9. 16) விளக்குகிறார். பிருஹதாரண்யக உபநிஷத் (1. 4. 20) இந்தக் கருத்தை எவன் நானே பிரமம் (அஹம் பிரஹ்மாஸ்மி) என்பதை அறிகிறானோ அவன் எல்லாமாகிறான். தேவர்கள்கூட அவன் அவ்வாறு ஆவதைத் தடுக்கமுடியாது. அவன் அவற்றின் ஆத்மாவாகிறான்' எனக் கூறும்.

இந்த ஐக்கியம் ஏற்கனவே, சதபத பிராஹ்மணத்தில் (10. 6. 3) 'தினையின் சிறுமணி போல இதயத்தில் இந்தப் பொன்மயமான புருஷன் உள்ளான். அவனே பரமாத்மா; எனது ஆத்மா இங்கிருந்து செல்லும் போது அதை அறிவேன்' என வருகின்றது. சாந்தோக்கிய உபநிஷத் (1. 14. 4) இதை மேலும் தெளிவாகக் கூறும். அதாவது 'இதயத்திலுள்ள ஆத்மா இதுவே. இதுவே பிரம்மம்; இறந்த பிறகு இதுவே ஆவேனாக. இதை நம்புபவனுக்கு ஐயமொன்றில்லை. இவ்வாறு சாண்டில்யர் கூறுவர்.' சமூக ரீதியில் வேறுபாடுகள் இருந்தாலும், ஆன்மிக ரீதியில் ஒருமைப்பாடு—யாவரும் ஒரே பரம்பொருளின் கூறுகள்; அதிலிருந்தே தோன்றியவர்கள் என்பதால் வற்புறுத்தப்படுவதை அவதானிக்கலாம்.

ஆத்மனின் இயல்புகள், பிருஹதாரண்யக, சாந்தோக்கிய உபநிஷதங்களில் விரிவாக எடுத்துரைக்கப்படுகின்றன. யாஜ்ஞ வல்க்யர் ஆத்மனின் இயல்பை 'இதுவன்று; அதுவன்று' (நேதி, நேதி) என எதிர்மறையில் பிருஹதாரண்யக உபநிஷதத்தில் குறிப்பிட்டுள்ளார். பரமாத்ம-ஜீவாத்ம ஒருமைப்பாடு, களிமண், சிறு பொன்கட்டி, கத்திரிக்கோல், உப்பு முதலிய சாதாரணப் பொருள் களை உவமையாகக் காட்டித் தெளிவாக உரைக்கப்படுகிறது.

எடுத்துக்காட்டாக, 'களிமண்கட்டி மூலம், களிமண்ணால் செய்யப் பட்ட யாவற்றையும் அறிந்துகொள்ளலாம். அவற்றைக் குறிப்பிடும் சொற்களிலேயே மாற்றம் உள்ளது. பிரம வித்தையும் இப்படியே' எனச் சாந்தோக்கியம் (6. 1. 4) கூறும். மேலும் பரமாத்மனிலிருத்து உலகம் முகிழ்த்தலைச் 'சிலந்தி வலை களைத் தன்னிலிருந்து உண்டுபண்ணுகிறது போலவும், நெருப்பி லிருந்து பொறி உற்பத்தியாகிப் பறப்பது போலவும் ஆத்மனி லிருந்து எல்லாம் முகிழ்க்கின்றன' எனப் பிருஹதாரண்யக உபநிஷத் (2. 1. 20) கூறும். பரம்பொருள் ஒன்றே என்பது மிகத் தெளிவாகச் சாந்தோக்ய உபநிஷத்தில் (6. 2. 1) 'சத் என்பதே தொடக்கத்தில் இரண்டாகவன்றி ஒரே பொருளாக விளங்கிற்று' (சத் ஏவ அக்ராசீத் ஏகமேவாத்து விதீயம்) எனக் கூறப்படுகிறது. பிருஹ தாரண்யக உபநிஷத்தும் (1. 4. 11) 'பிரம்மம் ஒன்றே' எனக் கூறும்.

ஆத்மன் கோட்பாட்டுடன் நெருங்கிய தொடர்புள்ள 'பிராண' பற்றிய கோட்பாடும் முக்கியத்துவம் வாய்ந்ததாகும். பிருஹ தாரண்யக, தைத்திரீய உபநிஷதங்களில் இது பற்றி நன்கு விளக்கப் படுகிறது. பிருஹதாரண்யக உபநிஷத் (4. 3. 4) ஆத்மனின் பல நிலைகளை மிகச் சிறந்த கவிதை வடிவில் விவரிக்கின்றது.

உபநிஷதங்கள் குறிப்பிடும் பரம்பொருளான பிரம்மம், நிர்குணப்பிரம்மம் (குணங்களற்ற பிரம்மம்), சகுணப் பிரம்மம் (குணங்களோடு கூடிய பிரம்மம்) என விவரிக்கப்படுகிறது. சகுணப் பிரமமே, சிவன், சக்தி, விஷ்ணு எனப் பலவாறு அழைக்கப்படும். இத்தகைய போக்கில்தான் சுவேஸ்தாஸ்வதார உபநிஷத் ருத்திரனை (சிவபெருமானை) பரப்பிரமமாகக் கூறுகின்றது.

இருக்கு வேதத்தில் அம்மன் வணக்கம் அதிக முக்கியத்துவம் பெற்றிருக்கவில்லை. உஷா, அதிதி போன்ற பெண் தெய்வங் களைப் பற்றிய பாடல்கள் குறிப்பிடத்தக்கன; ஆயினும், அவற்றில் அம்மன் வழிபாடு பற்றிய முக்கியமான கருத்துகள் பல இடம்பெறவில்லை. இருக்கு வேதத்திற்கு முந்திய ஹரப்பாப் பண்பாட்டில் தாய்த்தெய்வ வழிபாடு நன்கு நிலவிற்று. குறிப்பாகத் திராவிட இந்தியாவின் முதன்மை வழிபாடுகளில் இது ஒன்றாம்.

இந்தியாவின் பல்வேறு பகுதிகளில், பல்வேறு பெயர்களில் அம்மன் இன்றும் வணங்கப்படுகின்றார். ஆரியர், ஆரியர் அல்லாதோர் தொடர்புகள் அதிகரிக்க, ஒத்து மேவல்கள் ஏற்பட அம்மன் வணக்கமும் ஆரியரின் வழிபாட்டு முறையில் முக்கியத்துவம் பெறலாயிற்று. ஸ்ரீசூக்தம், துர்க்கா சூக்தம், தேவீ சூக்தம் முதலியன குறிப்பிடத்தக்கவை. கேன உபநிஷதத்தில் *(3. 12-4-1)*[104] பர பிரம்மத்தை அறியாது இந்திரன் முதலிய தேவர்கள் மயங்கினர். அப்போது ஞானத் திருவுருவான உமாதேவி தோன்றிப் பரம்பொருளை அறிவுறுத்தினார்[105] சக்தியை முழுமுதற் கடவுளாகக் கொண்ட தேவீ உபநிஷதங்கள், எடுத்துக் காட்டாக, பஹ்வருஷோபநிஷத், திரிபுரோபநிஷத், பாவனோப நிஷத் முதலியன பிற்காலத்தில் தோன்றின.

கணபதி, ஸ்கந்த ஆகிய தெய்வங்களும் பிரபல்யமடைந்தன. இருக்கு வேதத்திலுள்ள பிரஹ்மண ஸ்பதி பற்றிய திருப்பாடல் *(2. 23. 1)* ஒன்றில் வரும் கணபதி எனும் பதம் இவரையே கருதுவதாகப் பலர் கருதுகிறார்கள். இவரைப் பற்றிய காலத்தால் முந்திய குறிப்பு இதுவே. இன்றும், சைவ ஆகமக் கிரியைகளில் கணபதியை ஆவாஹனம் செய்வதற்கு இஃது ஓதப்படுகிறது. பிந்திய கால வேத இலக்கியத்தைச் சேர்ந்த தைத்திரீய ஆரண் யகத்தில் கணபதி பற்றிய காயத்திரீ மந்திரம் ஒன்று வருகின்றது.

இருக்கு வேதத்தில் வரும் ஸடஸபதி எனும் பதம் அக்கினி பற்றிய பாடலில் காணப்படினும், இது ஸ்கந்தனை (முருகனை)க் குறிக்கும் என ஒரு சாரார் கருதுவர்.[105அ] சதபத பிராஹ்மணம் இவரை ருத்திரனின் குமாரன் எனக் குறிப்பிடும். சாந்தோக்ய-உபநிஷத்தில் *(7-26-27)* சனத்குமார என்பவர் நாரதருக்கு மனச்சாந்தி அளிப்பது மட்டுமன்றி, அவரின் அஞ்ஞானத்தை அழித்து ஞானத்தை வழங்கினார் என அறிகிறோம். தைத்திரீய ஆரண்யகத்தில் சண்முக(ன்), ருத்திர(ன்), தந்தி, பிரம்மன், விஷ்ணு, ஆதித்ய(ன்), துர்க்கா முதலிய தெய்வங்களுக்கான காயத்திரீ மந்திரங்கள் வருகின்றன.

மைத்திராயணீய உபநிஷத் பிரம்மா, ருத்திர(ன்), விஷ்ணு முதலிய தெய்வங்கள் மேலான, அழியாத பரப்பிரமனின் வெளிப் பாடாக விளங்குகின்றனர் *(4-5-6)* எனக் கூறும்.

ஓம் மிகப் புனிதமானது. சாந்தோக்யம் *(1. 1)*, கடோபநிஷத் முதலியனவற்றில் இதன் முக்கியத்துவம் நன்கு கூறப்படுகிறது. வைதிகக் கல்வி, மந்திரங்கள் முதலியவற்றின் தொடக்கத்திலும் இறுதியிலும் இது ஓதப்படும். 'வேதங்கள், தவங்கள், அனுஷ்டானங்கள் ஆகியவற்றின் சாராம்சம் இதுவே' எனக் கடோபநிஷத் *(1. 2. 15)* கூறும்.

உபநிஷதங்களில் துறவறம் சிற்சில இடங்களில் வற்புறுத்தப் படினும், உலக வாழ்க்கையின் முக்கியத்துவமே வலியுறுத்தப் படுகின்றது. இல்வாழ்க்கை துறவறத்திற்கு முன்னோடியாகவே அமையும். இந்த உலக வாழ்க்கையில் பற்றற்ற நிலையிலிருந்து கொண்டே பரஞானத்தை உணரலாம். மேலும் உபநிஷதங்கள் கூறும் பரம்பொருளான பிரஹ்மம் ஆனந்தமயமானது. அந்தப் பொருள் உணர்த்தும் ஞானக் கண்ணால்தான் அதை உணர்ந்து உய்வு பெறலாம் *(பிருஹதாரண்யக உபநிஷத் 5)*.

உபநிஷதங்களை நன்கு ஊன்றிப் பயிலாத சிலர் இவை ஒழுக்கநெறியை வற்புறுத்தவில்லை எனக் குறிப்பிட்டுள்ளனர். ஆனால் உண்மையான நிலைவேறு. *பிருஹதாரண்யக (5.3), தைத்திரீய (1. 9. 1)* முதலிய பழைய உபநிஷதங்களில் *தமம் (புலனடக்கம்), தானம் (கொடை), தயா (கருணை), சமம் (சாந்தி) சத்யம் (வாய்மை)* முதலியனவும், சாந்தோக்கியத்தில் *(8. 1. 15)* இவை சிலவற்றுடன் எல்லா உயிர்களிடத்து அஹிம்ஸையும் *(அஹிம்ஸான் ஸர்வ பூதானி)* நன்கு வற்புறுத்தப்படுகின்றன. ஒருவர் பற்றின்றி உலக இன்பங்களை அனுபவிக்க வேண்டும் எனவும், மற்றவரின் பொருளை எந்த வகையினும் விரும்பக் கூடாது எனவும், தான் செய்யவேண்டியவற்றைச் செவ்வனே செய்து, நூறாண்டு பூரணமாக வாழ விரும்ப வேண்டும் எனவும் ஈசாவாஸ்ய உபநிஷதம் கூறும்.

இதில் சில முன்னேற்றமான சமூகவியல் கருத்துகளும் தெளிவு. பற்றற்ற ஒழுக்கநிலையில் உள்ள வாழ்க்கை யாஜ்ஞ வல்க்யருடைய கதையிலும் நன்கு காணப்படுகின்றது. அவர்தாம் இல்வாழ்க்கையிலிருந்து வானப்பிரஸ்த வாழ்க்கைக்குப் போகுமுன் தம்முடைய இரு மனைவியருள் ஒருவரும் பிரம ஞானத்தில் ஆவலுள்ளவளுமான மைத்திரேயிக்கு ஞானம்

பற்றி அறிவுறுத்தும்போது, கணவன் மனைவியிடத்துத் தனக்காக அன்றிப் பரம்பொருளுக்காகவே அன்பு கூரவேண்டும் எனவும், மனைவி கணவனிடத்துத் தனக்காக அன்றிப் பரம்பொருளுக் காகவே அன்புகொள்ள வேண்டும் எனவும் வற்புறுத்தியுள்ளார் (பிருஹதாரண்ய உபநிஷத்: 4. 5).

மேலும், துறவறம், யோகம், மறுபிறப்பு, கர்மம் முதலியன பற்றிய கருத்துகள் புத்தபிரானுக்கு முந்திய உபநிஷதங்களில்தான் நன்கு விரவிக் காணப்படுகின்றன. வேள்விகள் நன்கு கண்டிக்கப் பட்டாலும், கொல்லாமை குறித்தும் சில புறநடைகள் இருந்தன.

வேள்விகளை வற்புறுத்தியவர்களுக்கும் உண்மையான பரஞானத்தைத் தேடியோருக்கும் இடையிலிருந்த கருத்து வேறுபாடு கடோபநிஷத்தில் கூறப்படும். முதிர்ந்த வைதிக சமயப் பாதுகாவலரான வாஜ சிரவணா என்ற பிராமணர், அவரின் மகன் நசிகேதன் பற்றிய கதையில் உருவகமாக நன்கு பிரதிபலிப்பதைக் காணலாம். மேலும் இதே உபநிஷத்தில் (1. 1. 6) 'தானியம் வளைந்து முதிர்ந்து, விளைந்து விழுந்து மறுபடியும் பயிராக வளருவது போல மனிதனும் இறந்து மறுபடியும் பிறவியெடுக்கிறான்' என மறுபிறப்புத் தெளிவாக உரைக்கப்படுகிறது.

மேற்குறிப்பிட்ட உபநிஷத காலச் சிந்தனைகள் கோட்பாடுகள் முன்னைய காலச் சமயத்தில் பெருமளவு இடம்பெறவில்லை. இதனால் இவை ஆரியருக்கு முற்பட்ட காலத்திய திராவிடரும், பிறரும், ஆரியரும் வேறுபாடின்றி ஒன்றுபட்ட தொடர்பால் ஏற்பட்டிருக்கலாம் என ஒருசாரார் கருதுவர்.[106] வேறொரு சாரார் இவை வேதகாலச் சிந்தனை வளர்ச்சி என்பர்[107] இந்துத் தத்துவ ஆய்வில் பிராமணர் மட்டுமன்றி, பிற வருணத்தாரும் முக்கியமாக அரசரும் பங்காற்றியது குறிப்பிடத்தக்கது. மன்னர் சிலர் இந்த வித்தையில் சிறந்து விளங்கினர். இது ஷத்திரிய வித்யா எனவும் அழைக்கப்பட்டது.

காசி அரசனான அஜாத சத்ரு, கார்க்ய பாலாகி என்ற பிராமணனுக்கு இதுபற்றி உபதேசம் செய்தார். இதிலிருந்து பிராமணரும் மன்னரிடம் சென்று ஞானோபதேசம் பெற்றதை அறியலாம். ஜனக மன்னனின் தத்துவ அறிவும் ஆதரவும் குறிப்பிடத்தக்கவையே. மேலும், யாஜ்ஞவல்க்யா போன்ற

பிராமணரும் கார்க்கீ, மைத்திரேயீ போன்ற பெண்களும், சத்யகாம ஜாபால போன்ற குலம் தெரியாதவர்களும் மேற் குறிப்பிட்ட ஆய்வில் ஈடுபட்டனர்; புகழ்பெற்றனர்.

உபநிஷத தத்துவங்கள் பல்வேறு சிந்தனையாளரால் பல்வேறு காலங்களில் வேறு வேறு இடங்களில் உரைக்கப்பட்டவை; மட்டுமல்ல, முறையாக ஒழுங்குபடுத்தப்பட்ட தத்துவ ஆய்வு களாகக் காணப்படவில்லை. எவ்வாறாயினும், உபநிஷதங் களின் முக்கியத்துவம் பெரிதாகும். இந்தியாவில் பிற்காலத்தில் வளர்ச்சியடைந்த வைதிக தத்துவப் பிரிவுகள் இவற்றை அடிப்படையாகக் கொண்டன. பிந்திய காலத்தில் எழுந்த ஷத்தர் சனங்களின் (ஆறு வகையான தத்துவங்களின்)—சாங்கியம், யோகம், நியாயம், வைஷேஷிகம், மீமாம்சம், வேதாந்தம் ஆகியவற்றின் ஆசிரியர்களும், இடைக் காலத்தில் அத்துவித தத்துவத்தை நிலைநாட்டிய சங்கரர், விசிஷ்டாத்துவித தத்துவ ஆசிரியரான ராமானுஜர், துவைத தத்துவ ஆசிரியரான மத்துவர் போன்றோரும் உபநிஷதங்களை நன்கு பயன்படுத்தித் தத்தம் கருத்துகளை வகுத்து நிலைநாட்டினர்.

எனினும், உபநிஷத சிந்தனையாளரின் கட்டுப்பாடற்ற சுதந்திரமும், தனிச் சிறப்பியல்பும் குறிப்பிடத்தக்கன. இவர்களின் சுயசிந்தனைத் திறன் குறிப்பிடத்தக்கன. வைதிக மரபிற்குப் புறம்பாக வளர்ச்சியுற்ற பௌத்தம், சமணம், ஆஜீவிகம் முதலியனவும் உபநிஷதங்களில் காணப்படும் சில கருத்துகளை—மறுபிறப்பு, கர்மம் போன்றவற்றை மேற்கொண்டுள்ளன. மனித சிந்தனையியல் வரலாற்றாசிரியனுக்கு உபநிஷதங்கள், மேலும் முக்கியத்துவம் வாய்ந்தவை. ‘உபநிஷதங்களில் காணப்படும் மறைஞானக் கோட்பாடுகளின் சாயலை பாரசீக சூஃபியத்தில் (சூஃபிசம்) உள்ள மறைஞானம், புதிய பிளேட்டோ னியத்தில் (நியூ பிளேட்டோனியனிக்ஸ்) உள்ள மறைஞானத்தில் காணப்படும் சொல் பற்றிய தத்துவம், எக்கார்ட், டவுலர் முதலியோர் வரையுள்ள அலெக்சாந்திரிய கிறிஸ்தவ ஞானிகளின் போதனைகள், 19ஆம் நூற்றாண்டின் தத்துவ மறைஞானியான ஸோப்பனோரின் தத்துவம் முதலியவற்றில் காணலாம்’ என அறிஞர் கருதுவர்.[108]

□

13

வேதகாலச் சமூக நிலை

இருக்குவேத காலச் சமூகநிலையில் தந்தைவழியுரிமைக் குடும்பமே சமூகவாழ்வின் அடிப்படையாக விளங்கிற்று. தகப்பனே குடும்பத்தின் தலைவன். அவனுக்கு அடுத்தபடியாக, மூத்தமகன் முக்கியத்துவம் பெற்றிருந்தான். பெற்றோர்-பிள்ளைகளுக்கிடையில் பொதுவாக நல்லுறவு நிலவியது. திருமணப் பாடலில் (இவே 1085) புதிதாக மணமகனின் இல்லம் வந்த மணமகள் அவனின் சகோதரர், பெற்றோர்களை மதித்த போதிலும் அவர்களை ஆளுகிறாள் எனவும் கூறப்பட்டுள்ளது. கூட்டுக் குடும்ப வாழ்க்கை நிலவியதை இதிலிருந்து அறியலாம். கூட்டுக் குடும்பங்கள் சிலவற்றில் இல்லாளின் தாயுமிருந்தாள். விருந்தினரை —அதிதிகளை உபசரித்தல் நன்கு போற்றப்பட்டது.

ஆரியர் இந்தியாவுக்கு வந்த காலத்தில் அவர்களின் மக்கள் குழு அமைப்பில் ஒருவகையான பிரிவுகள் காணப்பட்டன. இந்தக் காலச் சமூகத்தில் சாதிமுறை எந்த அளவிற்கு நிலவியது எனத் திடமாகக் கூறமுடியாது. இதுபற்றிக் கருத்துவேறுபாடுகள் உள்ளன. கலப்புத் திருமணம், கூட்டுவிருந்து ஆகியன நிகழாமை சாதி முறையிலுள்ள முதன்மைக் கூறுகளாம். காலத்தால் முந்திய இருக்குவேதப் பாடல்களில் தனித்தனியாகப் பிராமணர், ஷத்திரியர், வைஸ்யர், சூத்திரர் ஆகிய சாதிகள் குறிப்பிடப்படுகின்றனர். ஆனால் முதன்முறையாகக் காலத்தால் பிந்திய புருஷ சூக்கத்திலேயே பிராமணர், சத்திரியர், வைஷ்யர், சூத்திரர் ஆகிய சாதிகள் ஒழுங்காகச் சமய அங்கீகாரத்துடன் கூறப்பட்டுள்ளன.[109] சமய அங்கீகாரத்துடன் இவை நிலைபெற்றன. இதன்படி, பிராமண, ஷத்திரிய, வைஸ்ய, சூத்திர எனும் நால்வகை வருணங்களும் முறையே, உலகம் முழுவதையும் உள்ளடக்கிய

பரம்பொருளின் முகம், புயம், தொடை, பாதம் ஆகியவற்றி லிருந்து தோன்றின. இந்தப் பாடலுக்கு அறிஞர் பலவாறு விளக்கம் அளிப்பர். சமூகத்தின் இன்றியமையாத பிரிவுகள் உருவகமாகக் கூறப்பட்டுள்ளதெனச் சிலர் கருதுவர்.[110] சாதியைக் குறிக்கும் 'வர்ணம்' எனும் சொல் நிறத்தைக் கருதும் வெண்ணிறமுள்ள ஆரியருக்கும், கறுப்புநிற அனாரியருக்கும் இடையில் காணப்பட்ட நிறவேறுபாடு சாதிமுறை தோன்றுதற் கான ஒரு காரணமாகும். இதைவிடத் தொழில்கள், குடும்பக் கட்டுப்பாடுகள், பிற குழுக்கள் அல்லது மக்கள் தொடர்புகள் முதலியனவற்றையும் அடிப்படையாகக் கொண்டு சாதிமுறை தோன்றியிருக்கலாம்.[111]

தொடக்கத்தில் மேற்குறிப்பிட்ட அடிப்படைகளில் தோன்றிய சாதிகள் ஒன்றோடொன்று சேரக்கூடிய நிலைமை காணப் பட்டாலும் காலப்போக்கில் இவை நிரந்தரப் பிரிவுகளாயின எனலாம். பிராமணர் கல்வியை-வைதிகக் கல்வியைப் பேணி வந்தனர்; வளர்த்து வந்தனர். ஏனைய வருணத்தவர்களைவிடக் கல்வியிலும் கேள்வியிலும் சிறந்து விளங்கினர். சமய குருவாகவும் கடமையாற்றினர். ஷத்திரியர் நாட்டைக் காவல் செய்து வந்தனர். வைசியர் விவசாயம், வியாபாரம் செய்துவந்தனர். சூத்திரர், முன்னைய மூவருக்கும் பணி செய்துவந்தனர். பொதுவாக நோக்கும்போது, இருக்குவேத காலத்தில் நிறம், தொழில் அடிப்படையில் வேறுபாடுகள் இருந்தாலும் திட்டவட்டமான சாதிப் பாகுபாடுகள் நிலவவில்லை. ஒருவன்தான் புலவன் என்றும், தந்தை வைத்தியன் என்றும், தாய் தானியம் அரைப்பவள் என்றும் (இவே 9. 112) கூறுவதிலிருந்து தொழில் வேறுபாடுகள் அவ்வளவு நிலவவில்லை எனலாம்.

அத்துடன் ஒருவன் தன்னுடைய மூதாதையர் தொழிலைவிட வேறொன்றை மேற்கொள்ளக்கூடிய வாய்ப்பு நிலவிற்று எனலாம். இத்தகைய சமூகப் பிரிவுகள் ஆதிஈரானியச் சமூகத்திலும் நிலவியதை அவெஸ்தாவால் அறியலாம். ஈரானியச் சமூகத்தில் அத்ரவஸ் (குருமார்), ரதேஸ்தஸ் (வீரர்), வாஸ்திரியஸ் சூயன்தஸ் (குடும்பத் தலைவர்), ஹுய்திஸ் (பணியாட்கள்) ஆகிய பிரிவுகள் நிலவின. எனவே பிரிவுகள் உள்ள ஆனால் பெருமளவு சாதிக் கட்டுப்பாடற்ற சமூகத்தையே இருக்கு வேதத்தில்

காணலாம். சாதி முறையின் தோற்றத்திற்கான அடிப்படையும் அதன் தொடர்ச்சியும் நான்கு வருணங்களிலன்றித் தொழில் களோடு தொடர்புடைய பெருந் தொகையான சாதிக் குழுக்களின் அமைப்பிலேயே தங்கியிருந்தன.[112] முதல் மூன்று வருணத்த வருமே வைதிக சமயச்சார்பான சம்ஸ்காரங்கள் (புனிதச் செயல்கள்) இயற்றுதற்கு அருகதையுள்ளவர்கள். கர்ப்பம் தரித்த நாள்முதல் மரணம்வரையும் அவர்கள் பின்பற்றவேண்டிய சம்ஸ்காரங்கள் நாற்பது எனப் பிற்கால நூல்கள் கூறும்.[113] இவற்றுள் பல இந்தக் காலத்திலேயே தொடங்கிவிட்டன. அவற்றுள் ஒன்று உபநயனம் (பூணூல் தரித்தல்). இந்தச் சம்ஸ்காரம் மூலமாக ஒருவனுடைய இரண்டாவது பிறப்பு-ஆத்மிகப் பிறப்பு ஏற்படுகிறது. புதுவாழ்வு தொடங்குகிறது. இதனால்தான் முதன் மூன்று வருணத்தவரும் துவிஜர் அல்லது இருபிறப்பாளர் என அழைக்கப்படுவர்.

இருக்கு வேதகாலச் சமூகத்தில் பெண்கள் நன்னிலையில் வாழ்ந்தனர்.[114] அவர்கள் வீட்டுப் பொறுப்பாளராக மட்டுமன்றி, அலங்காரம் செய்து விழாக்களுக்குச் சென்றனர். பெண்களின் அழகுச் சிறப்பு உஷா பற்றிய பாடல்களில் நன்கு சித்திரிக்கப் பட்டுள்ளது. மங்களகரமான புன்னகை தவழும் இளநங்கையர் பற்றிய குறிப்புகள் வருகின்றன. 'திருமணம் செய்த தம்பதிகள் பொன் ஆபரணங்களினால் தம்மை அலங்கரித்துக்கொண்டு, ஆண், பெண்பிள்ளைகளைப் பெற்று நூறாண்டு வாழ்வார்களாக' என ஓரிடத்தில் குறிப்பு உண்டு (இவே *8. 38. 8*). மனைவி கணவ னுடன் சரி நிகர் சமானமாகவும் வாழ்ந்தாள். 'வீட்டில் ஆட்சி' புரிவதற்காக வரும் வீட்டுத் தலைவியே உமது வீட்டிற்குள் செல்வீராக' எனக் குறிப்பிடப்படுகின்றது (இவே *10. 85*). மணமகன் சுமங்கலியான மணப்பெண்ணின் கையைப் பிடித்துக்கொண்டு 'நல்ல அதிர்ஷ்டத்திற்காக உனது கையைப் பிடிக்கிறேன். உன்னுடைய கணவனான என்னுடன் மூப்புப் பருவம்வரை இருப்பீராக. பக, அர்யமன், சவிதிர், புரந்தி ஆகிய தெய்வங்கள் உன்னை எனக்கு அளித்திருக்கிறார்கள்' எனக் கூறுவது குறிப்பிடத்தக்கது. கணவனையும் மனைவியையும் குறிக்கும் 'தம்பதீ' எனும் பதம் முதலில் வீட்டுத் தலைவனைக் குறித்தது. இருவரையும் குறிப்பதற்கு ஒரே சொல் பயன்படுத்தப்

பட்டதிலிருந்து, சமூகத்தில் கணவன், மனைவி ஒருமைப்பாடு தெளிவு. 'இல்லாளே இல்லம்' (இவே 3. 53. 4), 'கணவனை நேசிக்கும் களங்கமற்ற மனைவி' (இவே 1. 73. 8), 'வீடு பூமியில் சுவர்க்கம்' (இவே 10. 107. 10) முதலிய குறிப்புகள் கவனத்திற்கு உரியன. காதலி காதலனின் காதில் பேசுதல் வில்லின் நாண் ஒலிக்கு உவமிக்கப்படுகின்றது (இவே 6. 75. 3). இதில் வீரரின் வீரமும், காதலரின் காதலும் ஒருங்கே இணைத்துக் கூறப்படு கின்றன. ஓரிடத்தில் வீட்டில் யாவருக்கும் அணியாகவுள்ள மனைவி போலத் தெய்வத்தை விவரிக்கின்றனர் (இவே 1. 66. 5). பெண்ணைக் குறிக்கும் சுபகா (தெய்வம்), கல்யாணீ (நன்மை பயப்பவள்) முதலிய சொற்களும் மனம் கொள்ளத்தக்கன. மனைவி கணவனுடன் வேள்வி செய்தாள். மனைவியின்றி இல்வாழ்வான் வேள்வி இயற்ற முடியாது.

சமூகத்தில் பெரும்பாலும் காதல் திருமணமே நடைபெற்றது. திருமணச் சடங்குகள் நடைபெற்றன. உடற்குறையுள்ள பெண் களுக்கு ஸ்திரீதனம் வழங்கப்பட்டது. திருமணத்தின் முதன்மை நோக்கம் ஆண் மகப்பேறு. ஓயாது நடைபெற்ற போர்களுக்கும், இறுதியில் ஈமக்கிரியைகள் செய்வதற்கும் ஆண்மகனே விரும்பப் பட்டான். எனவே, அவர்கள் ஆண்மகவை விரும்பினர். கணவன் இறந்த பிறகு மனைவி உடன்கட்டையேறும் வழக்கம் அருகி நிலவிற்று. சிலர் பலபெண்களை மணந்தாலும் பொதுவாக, ஏகபத்தினி விரதமே போற்றப்பட்டது.

அந்தக் காலத்தில் கல்வி பெரும்பாலும் சமயக் கல்வியாகவே விளங்கிற்று. அதுவும் கேள்விச் செல்வமாகவே போற்றப்பட்டது. ஆசிரியர், மாணவர் ஆகியோரின் ஒழுக்கம் கவனிக்கப்பட்டது. கோசா, லோபமுத்திரா போன்ற பெண்பாற் புலவர்களும் விளங்கினர். கருத்துகளைப் பிற இடங்களிலிருந்து பெறுதற்கு அவர்கள் தயங்கவில்லை. 'பல்வேறு திசைகளிலிருந்து நல்ல சிந்தனைகள் பல எமக்கு வருவதாக' என ஓரிடத்தில் கூறப் படுகிறது (இவே 1. 89. 1). மேலும், திருமணம் பற்றிய பாடலில் (இவே 10. 85. 7), 'சிந்தனை அவளின் (மணமகளின்) தலையணை யாகத் திகழ்ந்தது; காட்சி அவளின் கண்களுக்கு மையாகத் திகழ்ந்தது' என வரும் குறிப்பிலும் நாகரிக மேம்பாடு தொனிக்கிறது. சிறப்புவாய்ந்த காயத்திரீ மந்திரம் 'பூமி,

வளிமண்டலம், வானம் ஆகியவற்றிலுள்ள இறைவனே! சவிதிர் கடவுளுக்குரிய மிகப் பெரிய சிறப்பை அடைவோமாக. அவர் எம்முடைய நுண்ணறிவைத் தூண்டுவாராக! (இவே 3. 62.10)' என அறிவுக்கூர்மையை வலியுறுத்தலைக் காணலாம். மேலும், தவளைப் பாடலில் (இவே 7. 103) அந்தக் காலத்திய கல்வி முறை ஓரளவு பிரதிபலிக்கின்றது. ஒரு தவளை கத்திய பின் மற்றொன்று சப்தம் செய்வது போன்று ஆசிரியர் முதலில் வேதம் ஓதிய பிறகு மாணவர் ஒருங்கு சேர்ந்து ஓதுவர். பின்னர் தவளைகள் யாவும் ஒன்று சேர்ந்து கத்துவது போல, ஆசிரியரும் மாணவரும் ஒருமித்து ஓதுவர் எனக் குறிப்பிடப்படுகின்றது. வேதப் பாடல்களைப் பலவாறு போற்றினர். ஒரு சாரார் இவற்றைப் பாடிப் பேணினர்; பிறிதொரு சாரார் இவற்றுக்கு இசை அமைத்துப் பாடினர்; வேறொரு சாரார் பிறருக்குப் படித்துக் காட்டினர்; இன்னொரு சாரார் வேள்விக்கான கிரியைகளை அமைத்தனர் (இவே 10. 71. 11).

ஆடல், பாடல் இன்னிசைக் கருவிகளை இசைத்தல், தேர்ச் சவாரிப் போட்டிகள் முதலியன குறிப்பிடத்தக்க பொழுதுபோக்குகளாகவும் இடம்பெற்றன. நடனம் பற்றிய குறிப்புகள் உஷா (இவே 1. 92. 4), இந்திரன் (6. 29. 37) முதலியோர் பற்றிய பாடல்களில் வருகின்றன. பிற்கால இந்தியாவின் புகழ்பெற்ற நடராஜ வடிவம், பரதநாட்டியம் முதலியனவற்றின் முன்னோடிக் கருத்துகள் சில இவற்றில் காணப்படுவதாகவும் அறிஞர்கள் சிலர் கொள்ளுவர்.[115]

ஆனால், இவை தொன்மையான நடனம் பற்றியவை எனப் பொதுவாகக் கொள்ளலாம். ஹரப்பாப் பண்பாட்டிலும் நடனம் நிலவியமை மனம்கொள்ளத்தக்கது.

கோதுமை, பால், காய்கறிவகை, இறைச்சி முதலியன உணவாகக் கொள்ளப்பட்டன. பசு போற்றப்பட்டது. 'சோம' வேள்விகளிலும், 'சுரா' சாதாரண வேளைகளிலும் அருந்தப்பட்ட பானங்களாம். இருபாலரும் மேலாடை, கீழாடை அணிந்தனர். கம்பளியும் அணியப்பட்டது. தலைப்பாகை அணியப்பட்டது. அவர்கள் ஆபரணங்களை விரும்பி அணிந்தனர்.

வேத காலத்தின் பிற்பகுதியில் நிலவிய சமூக நிலைமைகளை நோக்கும்போது முற்காலக் கூறுகளின் தொடர்ச்சி, விரிவுகள்,

மாற்றங்கள் முதலியவற்றை அவதானிக்கலாம். தந்தைவழியுரிமையுள்ள கூட்டுக் குடும்பமே தொடர்ந்து நிலவியது. அதிதி நன்கு போற்றப்பட்டான். இல்வாழ்வான் செய்யவேண்டிய ஐந்து வேள்விகளில் அதிதியைப் போற்றி உபசரித்தல் ஒன்றாம்.

இந்தக் காலத்தில் சாதிமுறை வளர்ச்சியடைந்து சிக்கலுற்றது. முற்காலத்திய நெகிழ்ச்சி பெரும்பாலும் ஏற்படவில்லை. அப்படியிருந்தும் எல்லா வருணத்தாரும் ஒளி (றுசம்) பெறவேண்டுமென அதர்வ வேதம் *(18. 48)* கூறும். சமூக ரீதியில் வேறுபாடு நிலவினாலும் ஆன்மிகரீதியில் சமத்துவம் நிலவியது பற்றி ஏற்கனவே கூறப்பட்டுள்ளது.

நால்வகை வருணங்களும் இந்தக் காலத்தில் நிலைபெற்றன. ஆரியர், ஆரியரல்லாதோர் தொடர்புகள் முன்னையிலும் நன்கு ஏற்பட்டுவிட்டன. வருணங்களுக்கிடையில் கலப்புத் திருமணம் பொதுவாக விரும்பப்படவில்லை. அநுலோமத் திருமணம் ஏற்றுக்கொள்ளப்பட்டது. ஆனால் பிரதிலோமத் திருமணம் செய்வது தடுக்கப்பட்டது; கண்டிக்கப்பட்டது.[116] எனினும் இத்தகைய திருமணங்கள் நடைபெற்றுவந்தன. நால் வகை வருணத்தவரையும் விளிக்கும் முறையும் அனுசரிக்கப்பட்டது. இந்தக் காலத்தில் வைசியரும் சூத்திரரும் நன்கு பாதிப்புற்றனர். பிராமணர், ஷத்திரியர் நிலை, குறிப்பாக, முன்னையோரரின் நிலை மேலோங்கிற்று.[117]

ஆனால், அருகியாவது சில மாற்றங்களிருந்தன. கல்வியறிவு மூலம் ஒருவர் பிராமணர் ஆகலாம் என்பது ஜனகரின் வரலாற்றால் அறியலாம். கல்வியுடையவன் பிரமரிஷி எனத் தைத்திரீய சம்ஹிதை கூறும். உபநிஷத காலத்தில் ஒருவகையான நெகிழ்ச்சி ஏற்பட்டது. சமூகத்தின் பல்வேறு நிலைகளைச் சேர்ந்த அறிஞர், பெண்களில் ஒருசாரார் தத்துவ விசாரணையில் ஈடுபட்டனர். குறிப்பாக, மன்னர் இந்த விசாரணையில் ஈடுபட்டதும் உபநிஷத காலப் பிற்பகுதியில் வாழ்ந்த புத்தபிரான், மகாவீரர் ஆகியோரும் அரச குலத்தவர் என்பதும் மனம் கொள்ளத்தக்கன. ஆனால் பிற்கால இந்தியாவின் சமூகக்கேடான தீண்டாமை இன்னும் செவ்வனே தலைகாட்டவில்லை. ஆனால், மேற்குறிப்பிட்டவாறு வருணமுறை நிலைபெற்றுவிட்டது.

சமூகத்தில் வாழ்ந்த மக்கள் எவ்வாறு நான்கு பிரிவுகளாக வகுக்கப்பட்டனரோ, அதுபோலவே, சமூகத்திலுள்ள தனி மனிதனின் வாழ்நாளும் நான்கு கூறுகளாகப் படிமுறையில் வகுக்கப்பட்டு ஒவ்வொரு பகுதிக்கும் குறிப்பிட்ட கடமைகள், ஒழுக்கங்கள் வரையறுக்கப்பட்டன. வாழ்க்கையின் தொடக்கப் பகுதி பிரமச்சரியமாகும். இந்தக் காலப் பகுதியில் ஒருவன் தன் குலக் கல்வியைப் பயிலுவான். இதன் பிறகு திருமணம் செய்து இல்வாழ்க்கை நடத்துவான். இது கிருஹஸ்த நிலையாகும். பல ஆண்டுகள் இல்வாழ்க்கை நடத்தியபின் மனைவியுடனோ, தனித்தோ காட்டிற்குச் சென்று பரம்பொருளைத் தியானித்து வாழுவான். இந்த நிலை வானப்பிரஸ்தம் எனப்படும்.

இறுதியான சந்நியாச நிலையில் அவன் முற்றும் துறந்த முனிவனாக மிளிருவான். இந்த நான்கு படிநிலைகளும் ஆச்சிரமங்கள் எனப்படும். தொடக்கத்தில் முதல் மூன்று ஆச்சிரமங்களே நிலவின எனவும், இவை தனித்தனி வாழ்க்கை முறையாகவும் நிலவின எனவும் அறியப்படுகின்றன. பின்னரே இவை படிமுறை நிலைகளாயின. இவற்றுடன் நான்காவதும் சேர்க்கப்பட்டது. வானப்பிரஸ்தன் ஆரண்யகங்களைக் கற்கலாம். இத்தகைய ஒத்துமேவலால், இல்லறம், துறவறம் ஆகிய இரண்டும் நல்ல முறையில் ஒன்றுபடுத்தப்பட்டன; இணைக்கப் படுத்தப்பட்டன. துறவறத்தை மட்டும் வற்புறுத்தியோரின் செல்வாக்குத் தடைபட்டது. வைதிக தருமம் நன்கு நிலை பெற்றது. மேற்குறிப்பிட்ட நான்கு வர்ணங்களும், நான்கு ஆச்சிரமங்களும் இந்தக் காலத்தில் உருவாகி ஒருங்கு இணைக்கப் பட்டு வர்ணாஸ்ரம தர்மமாக மலர்ந்து இந்து சமுதாயத்தின் முதன்மைக் கூறாக நிலைபெற்றது.

உலக வாழ்க்கையின் முதன்மைக் குறிக்கோளாக இந்துக்கள் மேற்கொண்ட புருஷார்த்தங்களான அறம், பொருள், இன்பம், வீடு (தர்மார்த்த காம மோக்ஷம்) ஆகிய நான்கிலும் முதல் மூன்றுமே தொடக்கத்தில் திரிவர்க்கம் (முப்பால்) என நிலவின. நாலாவது மூன்றாவதில் அடங்கும். அது பிற்காலத்தில்தான் நான்காவதாகச் சேர்க்கப்பட்டது. இந்த மூன்றிலும் அர்த்தத்திற்கு (பொருளிற்கு) முக்கிய இடமொன்று அளித்தமையிலிருந்து 'ஆதிகால இந்துக்கள் இந்த உலகைப் பற்றிச் சிந்திக்கவில்லை;

மறுவுலகைப் பற்றி மட்டுமே சிந்தித்தனர்' எனச் சிலர் கொள்ளுதல் தவறான கருத்து என்பது தெளிவு. இந்தத் திரிவர்க்கக் கோட்பாடும் இந்தக் காலத்தில் தொடங்கிற்று.

உலகம் மிகவும் விரும்பத்தக்கது என அதர்வவேதம் (5-30-17) கூறும். மேலும், அதே வேதத்திலும், யஜுர் வேதத்திலும் (1-11-17) முழுமையான உடல்நலம், செல்வம், வாழ்க்கை, அறிவொளி முதலியவற்றுக்கான பிரார்த்தனைகளைக் காணலாம். பூமியின் சிறப்புப் பற்றிய அதர்வ வேதப் பாடல் குறிப்பிடத்தக்கது. காலம் செல்ல உலகம் துன்பமயமானது. அதிலிருந்து விடுதலை அடைய வேண்டுமென்ற கருத்து நிலவிற்று. அதர்வவேதத்தில் பொது மக்களிடையில் நிலவிய சமய, சமூக நம்பிக்கைகள் காணப் படுவதாலும் அதன் முக்கியத்துவம் கவனத்திற்கு உரியது.

கணவன், மனைவி ஆகியோருக்கிடையில் நிலவ வேண்டிய மன ஒருமைப்பாடு பற்றி அதர்வ வேதம் குறிப்பிடும். அதாவது, 'நாமிருவரும் ஓருள்ளம் கொண்டவராகிப் பிள்ளைகள் பெறுவோம்' என்பதாம். 'கணவனின் அரைவாசியே மனைவி' எனும் கருத்து பிராஹ்மணங்களில் (சதபத பிராஹ்மணம் 5-2-1-10) காணப்படுகிறது. மேலும், பிருஹதாரண்யக உபநிஷத் (1-4-3) கூறுவதும் குறிப்பிடத்தக்கது. ஆத்மன் (பிரபஞ்சத்தை உள்ளடக்கிய புருஷன்) தனிமையாயிருந்து மகிழ்ச்சியடையவில்லை. எனவே, தன்னிலிருந்து பெண்ணைத் தோற்றுவித்தான். தனியாக இருந்த ஆத்மனிலிருந்து, ஆடவனின் தோழமைக்காகவே பெண் தோற்றுவிக்கப்பட்டாள். எனவே, பதி (கணவன்) பாதி, பத்னீ (மனைவி) பாதியாயினர். இந்த இருவரின் சேர்க்கையினால் உலகம் தோன்றிற்று. இதுபோன்ற கருத்து மேற்காசிய நாகரிகங் களிலும் நிலவியதைக் கிறிஸ்தவ வேதம்—பழைய ஏற்பாட்டின் மூலமும் அறியலாம். பிற்கால இந்தியாவில், சைவ சமயத்தில் சிவன் பாதி, சக்தி பாதியாகக் கூறப்படும் அர்த்த நாரீஸ்வரக் கோட்பாட்டில் முற்குறிப்பட்ட கருத்து நன்கு நிலவுவதைக் காணலாம். மேலும் பிரஜாபதி பெண்ணைப் படைத்து உபசரித்தார் (உபாஸ்த).

எனவே, யாவரும் அவளை உபசரிக்க வேண்டும் எனப் பிருஹதாரண்யக உபநிஷத் (6-4. 3) கூறும். படித்த பெண்

விரும்பப்பட்டாள் (பிஉ 6-17). சதபத பிராஹ்மணத்தில் (1-2-5-16) வரும் பலிபீடம் பற்றிய வருணனையில் ஆதி இந்தியர் கண்ட அழகுராணியின் வடிவம் கூறப்படுகிறது. 'பலிபீடம் மேற்கில் அகலமாகவும், நடுவில் சிறுத்தும், கிழக்கில் மறுபடியும் அகலா மாயும் இருக்க வேண்டும்' என்பதாம். அதாவது, இடை சிறுத்து அதன் மேல், கீழ்ப் பகுதிகள் அகன்றிருக்க வேண்டும் என்பதே. இந்தக் கருத்துப் பிற்கால இந்திய இலக்கியங்களில் விவரமாக வருகின்றது. எடுத்துக்காட்டாக, காளிதாஸர் போன்ற பெரும் புலவர்களின் பாடல்களைக் குறிப்பிடலாம்.[118]

எனினும், பிந்திய காலத்தில் பெண்ணின் நிலை குறைந்து விட்டது. துன்பம் தரும் மூலங்களில் ஒன்றாகவும் பெண் கூறப்படுகிறாள். ஆனால் இந்தக் கருத்து அருகியே காணப் படுகின்றது. பெண்பிள்ளை விற்றலும் சில வேளைகளில் நடைபெற்றது. திருமணச் சடங்குகள் முற்காலத்தில் போலவே நடைபெற்றாலும், ஒரு புதிய கூறும் இடம்பெற்றது. மணமகன் மணமகளின் கையைப் பிடிக்குமுன் அவளின் காலைக் கல்லில் மிதிக்கச் செய்வான். கணவன் மனைவி உறவு கல்லுப் போன்று உறுதியாக இருக்க வேண்டும் என்பதே இதன் கருத்தாகும். அதர்வ வேதத்திலும் திருமணப் பாடல்கள் சில உள்ளன. ஆண், பெண் இரு பாலாரையும் ஒன்று சேர்க்கவும், பிரிக்கவும் ஓதப்படும் மந்திரங்களும் இந்த வேதத்தில் வருகின்றன. ஓரிடத்தில் தன் கணவன் தன்னுடன் நூறாண்டு வாழவேண்டுமென மனைவி விரும்புகிறாள் (அவே 14-2-63). பிறிதோரிடத்தில் மனைவியை நோக்கி 'நான் சாமன் நீ இருக்கு; நான் வானம்; நீ பூமி' (அவே 14-2-7) எனக் கூறுகிறான். இவற்றின் மூலம் கணவன் மனைவி யின் ஒருவருக்கொருவர் கொண்டுள்ள அன்பும் பற்றும் தெளிவா கின்றன. உபநிஷத காலத்தில் மைத்திரேயீ, கார்க்கீ போன்ற பெண்கள் சிறந்த ஆய்வில் ஈடுபட்டு அறிஞர்களையே திகைக்கச் செய்தனர்.

பிந்திய வேதகாலத்திலும் கல்வி பெரும்பாலும் சமயக் கல்வியாகவே விளங்கிற்று. கல்வி (வித்யா) இருவகைப்படும் என முண்டக உபநிஷத் கூறும் (1-1-45). அவையாவன: அழியாப் பரம்பொருளை (அக்ஷரம்) அறிதற்கான பாரவித்யா. இருக்கு, சாம, யஜுர், அதர்வ வேதங்கள், சிக்ஷா, கல்பம், வியாகரணம்,

நிருக்தம், சந்தஸ், ஜோதிஸம் என்பவைதான் அபராவித்தியா. சாந்தோக்ய உபநிஷதம் (vii 2) அந்தக் கால மாணவர்கள் பயின்றவற்றை விவரிக்கிறது. இவற்றில் வேதங்கள், இதிஹாஸ புராணங்கள், இலக்கணம், கணிதம், பிதிரர் பற்றிய அறிவு, தருக்கம், ஒழுக்கவியல், காலம், தேவவித்யா, பிரம வித்யா, பூதவித்யா, (உயிர்நூல்), நக்ஷத்திரவித்யா (வான நூல்), தேவ ஜனவித்யா (நடனம், இசை முதலிய நுண்கலைகள்) முதலியன கூறப்பட்டுள்ளன. அதர்வ வேதத்தில் பலவகை மருத்துவ அறிவு வெளிப்படுகின்றது.

வைதிகக் கல்வி பல ஆண்டுகளாகப் பயிலப்படும். பொதுவாக மாணவர் ஆசிரியரின் வீட்டில் (குருகுலம்) தங்கி கல்வி பயின்றனர். அவருக்குப் பல்வேறு பணிவிடைகள் செய்து கல்வி கற்றனர். 'இந்தக் கல்வி முறையில் மாணவரின் ஒழுக்கம், உடற்பயிற்சி, தொழிற்பயிற்சி முதலியனவும் இடம்பெறும். இந்தக் கல்வி வாழ்க்கைநெறிக்கான கல்வியாக இலங்கிற்று. ஒருவர் பிரமச்சரிய ஆச்சிரம காலத்தில் கல்வி பயின்று, பின்னர், இல்வாழ்க்கையைக் கடைப்பிடிப்பர். கல்வி பல ஆண்டுகள் பயிலப்பட்டது. எடுத்துக்காட்டாக, சுவேதகேது ஆருணி பன்னிரண்டு ஆண்டுகளுக்கு (12-24 வயதுவரை)க் கற்றதைக் குறிப்பிடலாம்(சாஉ 6-1-2) அந்தக் காலக் கல்வியின் இலட்சியங்கள் பலவற்றைத் தைத்திரீய உபநிஷத்தில் (1-2-1) குரு சிஷ்யனுக்குக் கல்வி முடிவில் கூறும் அறிவுரைகளில் நன்கு காணலாம். எடுத்துக்காட்டாக, உண்மைபேசு; தருமம் செய்; கல்வியைப் புறக்கணியாதே. ஆசிரியருக்குப் பிரியமான கொடையை வழங்கியபின் சந்ததிக் கயிறு அறாது கவனிப்பாயாக. உண்மை யிலிருந்து பிறழாதே; தருமத்தைக் கைவிடாதே. நன்மை செய். பொருள் வளத்தைக் கவனிப்பாயாக. கல்வியைக் கற்பதையும், புகட்டுவதையும் புறக்கணிக்க வேண்டாம். தெய்வங்கள் பிதிரர் களுக்குச் செய்ய வேண்டியவற்றைச் செய். அன்னை, தந்தை. ஆசிரியன், அதிதி ஆகியோரைத் தெய்வமாகப் பேணுவாயாக...' இவை தற்காலப் பல்கலைக்கழகப் பட்டமளிப்பு விழா உரைகளை நினைவூட்டுகின்றன. கல்வி கற்றவன் தனக்கும் உலகிற்கும் செய்யவேண்டியவை வற்புறுத்தப்படுகின்றன. கல்வியின் அடிப்படையில் ஒழுக்கநெறி இலங்குகின்றது. வாழ்க்கை வாழ

வேண்டும். அதனால் மற்றவர்களும் நன்மையடைய வேண்டும் என்ற கருத்தும் தென்படுகின்றது. 'வாழ்நாள் முழுவதும் கற்றல்' என்ற கோட்பாடும் இதில் நன்கு தொனிக்கிறது.

மாணவன் ஆசிரியருக்கு வழங்கிய தக்ஷிணைகள் (கொடைகள்) சில பற்றிக் குறிப்பிடலாம். எடுத்துக்காட்டாக, ஜானஸ்ருதி றைக்வனிடம் சென்று பிரம்மஞானம் பற்றி அறிவதற்காக 600 பசுக்கள், ஒரு பொன்சங்கிலி, கோவேறுகழுதை இழுக்கும் வண்டியொன்று முதலியவற்றையும் தன் மகளையும் தானமாக வழங்கினான் (சாஉ 4. 1. 2). பிறிதோரிடத்தில் 1000 பசுக்களும் ஓர் எருதும் வழங்கப்பட்டன. (பிஉ 4. 2) இதே பகுதியில் கல்வியைப் புகட்டாமல் தானம் பெறக் கூடாதென யாஜ்ஞவல்க்யர் குறிப்பிட்டுள்ளார். சாந்தோக்கிய உபநிஷத் முடிவிலும் (8. 15) குரு சிஷ்யனுக்கு அளிக்கும் அறிவுரை உள்ளது. கல்வி கற்று, பிறகு இல்வாழ்க்கையில் நின்று படித்ததைப் படித்து, நன்மகப் பேறு பெற்று, புலனடக்கிச் சகல உயிர்களிடத்தும் அஹிம்சையுடன் நடந்துகொள்பவன் பிரம்ம உலகத்தை அடைந்து மீண்டும் திரும்பி வரமாட்டான் (பிறக்கமாட்டான்) என்று கூறப்பட்டுள்ளது. குருவிற்கும் சிஷ்யனுக்கும் இடையில் நல்லுறவு நன்கு நிலவ வேண்டும் என்பது உபநிஷதப் பிரார்த்தனைகளில் வற்புறுத்தப் படுகின்றது. 'நாமிருவர் கற்பது ஒளிபெறுவதாக; நாம் இருவரும் ஒருவரையொருவர் வெறுக்காது இருப்போமாக' என ஆசிரியரும் மாணவரும் ஒருமித்துக் கூறுவது கடோபநிஷதப் பிரார்த்தனையில் வருகின்றது. கல்வியைக் கற்கும் தோறும் அறியாமை அகன்று போகும். பிருஹதாரண்யக உபநிஷத் (4. 10), ஈச உபநிஷத் (9) ஆகியவற்றில் பிரமஞானத்தில் திளைக்கத் திளைக்க அஞ்ஞானம் அகன்று செல்லுதல் வற்புறுத்தப்படுகின்றது. கல்வி ஆண், பெண் இருபாலாருக்கும் அவசியம். (பஉ 6). கல்விகற்ற பெண் பிள்ளை (பண்டிதா) பற்றிய குறிப்பும் உண்டு. எனினும் ஆண் பிள்ளைகளே கல்வியில் சிறந்து விளங்க வேண்டும் எனப் பலர் விரும்பினர்.

வேள்விகளை ஒட்டித் தொன்மையான விஞ்ஞான வளர்ச்சியும் ஓரளவு ஏற்பட்டது. வேள்விகளுக்கான பருவம், நாள் முதலிய வற்றை அவதானிக்க வேண்டியதால், வானநூல் வளர்ந்தது. இது விவசாய வளர்ச்சியை ஒட்டியும் வளர்ந்தது. வேள்விக்கான

பலிபீட அமைப்புகளின் தேவைகளால் கேத்திர கணிதம் வளர்ந்தது. வேள்வியில் இடப்படும் மிருகங்களின் உடற்கூறு களைப் பற்றிய அறிவும் நன்கு நிலவியது. தத்துவ ஆய்வில், பரிணாம வளர்ச்சி மிகமிக நுண்ணிதான அணு முதலியன பற்றிய கருத்துகள் தொனிக்கின்றன.

ஆரியர் தாம் சென்ற இடங்களில் நிலவிய சமூக சமய பழக்க வழக்கங்களையும் சூழ்நிலைக்கேற்றவாறு ஏற்று, அவற்றை வைதிக மரபில் சேர்த்துக்கொண்டனர். எடுத்துக்காட்டாக, வைதிக மரபுக் கொள்கைகளுக்கு விரோதமற்ற தேச, ஜாதி தர்மங்கள் பிரமாணம் எனக் கௌதமர் கூறியிருக்க, விசேஷணத்தை நீக்கித் தேச தர்மங்கள் பிரமாணம் எனக்கொண்டு வடநாட்டாருக்குக் கம்பள வியாபாரம் முதலிய ஐந்து விப்ரதிபத்திகளும், தென்னாட்டாருக்கு உபநயனம் ஆகாதவன், பெண்டிர் இவர்களோடு உண்ணுகை, பழைய சோற்றை உண்ணுகை, சகோதரன், சகோதரியின் பிள்ளைகளுக்கிடையில் (மைத்துனன், மைத்துனி) திருமணம் ஆகிய ஐந்து விப்ரதிபத்திகளுமுள எனப் பௌதாயன தர்ம சூத்திரம் கூறும்.[119] ஆனால் இவை வடநாட்டில் அனுமதிக்கப் படாதவை. இந்தியாவில் ஆரியர் பின்பற்றிய இணக்க முறை களுக்கு இஃதும் ஓர் எடுத்துக்காட்டாம்.

□

14

வேதகாலப் பொருளாதார நிலை

இருக்கு வேதகால ஆரியர் ஓரளவு விவசாயிகளாகவும் ஓரளவு மந்தை வளர்ப்போராகவும் விளங்கினர். விவசாயத்துடன் மந்தை இணைந்து காணப்படுகிறது. மந்தைகளே இவர்களின் முதன்மைச் செல்வம். தரமான பெறுமதி. மந்தைகள் இந்து-ஐரோப்பியர் சமூகத்தில் பெற்றிருந்த முக்கியத்துவத்தைப் பின்வருவனவற்றால் அறியலாம். ஆதிக் கிரேக்கர் காலத்தில்—ஹோமர் காலத்தில், மந்தைகள் தரமான பெறுமதியாகக் கணிக்கப்பட்டன. மந்தை எனப் பொருள்படும் *பேகுஸ்* (pecus) சொல்லடியாக வந்த லத்தீன் பதமான *பேகுனியா* (pecunia) என்பதன் வழியாகவே *பெகுனியரி* (pecuniary) எனும் ஆங்கிலச் சொல் வந்துள்ளது. சைபீரியா, கென்யா, மேற்கு ஆப்பிரிக்கா, கொலம்பியா போன்ற நாடுகளில் அண்மைக்காலம் வரை பழங்குடிகள் மந்தையைப் பணம் போலப் பயன்படுத்தி வந்தனர்.[120] பழந்தமிழ் இலக்கியத்தில் மந்தையைக் குறிக்கும் *மாடு* எனும் பதம் செல்வத்தையும் குறித்தது குறிப்பிடத்தக்கது. பசு மிகவும் போற்றப்பட்டது. இதைக் குறிக்கும் சொற்களில் ஒன்றான *அக்ன்யா* எனும் பதம் 'கொல்லக் கூடாது' எனும் பொருள்படும். இதிலிருந்து இதன் முக்கியத்துவம் வெள்ளிடை மலை. பசு மூலம் பெறப்படும் நன்மைகளைக் கொண்டு அது ஒரு புனித மிருகமாகக் கருதப்படலாயிற்று.

குதிரையும் நன்கு முக்கியத்துவம் பெற்றது. இது போருக்கும் பொழுதுபோக்கிற்கான தேர்ச் சவாரிக்கும் அல்லது தனிச் சவாரிக்கும் போக்குவரத்திற்கும் பயன்படுத்தப்பட்டது. விவசாயத் திற்கு எருதுகளின் பயன்பாடு குறிப்பிடத்தக்கது. எருதுகள் பூட்டிய

கலப்பைகள் கொண்டு விவசாயம் நடை பெற்றது. விவசாயத்தில் நீர்ப்பாய்ச்சுதலும் இடம்பெற்றது. 'யவ' முதலிய தானியங்கள் விளைவிக்கப்பட்டன. இருக்கு வேத காலத்திற்கு முன்பே பஞ்சாப் பகுதியில் விவசாயம் நன்கு நடைபெற்றமை ஹரப்பா கலாசாரச் சின்னங்களாலும் அறியப் படுகின்றது.

வியாபாரம் நடைபெற்றது. இது பெரும்பாலும் பண்ட மாற்றாகவே நிலவியது. 'நிஷ்க' எனும் பதம் ஒருவகையான நாணயமெனச் சிலர் கருதினாலும் இந்தக் காலத்தில் இஃது ஓர் ஆபரணத்தையே குறித்திருக்கலாம். 'பணி' என்போர் பிரபல வியாபாரிகளாகக் கூறப்படுகின்றனர்.

மக்கள் தமக்குப் பெருந்தொகையான செல்வங்கள் தருமாறு தெய்வங்களை விளித்துப் பாடியதிலிருந்து அவர்களின் உலகியல் பற்றுத் தெளிவு.

சமூகத்தில் பல்வேறு தொழில்கள் நிலவின. ஒவ்வொரு சாதியினரும் தத்தம் தொழிலைச் செய்தனர். இந்தக் காலத்தில் ஒருவர் தமது தொழிலை மாற்றலாம். பருத்தி பயிரிடப்பட்டது. பருத்திப் புடைவைகள், கம்பளிப் பொருள்கள் பயன்படுத்தப் பட்டன. நெய்தல் பற்றிய குறிப்புகள் வருகின்றன. அயஸ் எனும் பதம் இரும்பைக் கருதியா, இல்லையா என்பது குறித்துக் கருத்துவேறுபாடு உளது. எனினும், இருக்கு வேதகாலப் பிற்பகுதி யிலாவது இரும்பின் பயன்பாடு ஏற்பட்டிருக்கலாம் எனக் கருத இடமுண்டு. இரும்பின் பயன்பாடு முதலில் சின்னாசியாவில் வாழ்ந்த ஹிட்டைட் மக்கள் இடையில் ஏற்பட்டது. நெடுங் காலத்தின் பின்னரே பிற மக்கள் இதுபற்றி அறிந்தனர். இந்தியாவிற்கு வந்த ஆரியரில் ஒரு சாரார் இரும்பின் பயனை அறிந்திருந்தனர் எனலாம்.[121]

எவ்வாறாயினும், ஆரியரின் வருகையுடன்தான் இரும்பின் பயனும் இந்தியாவில் ஏற்பட்டது என்பதில் ஐயமில்லை. தொல்லியல் ரீதியில் இருக்கு வேதகாலத்திய இரும்புப் பொருள்கள் இதுவரை கிடைக்கவில்லை. ஆனால் அண்மையில் வடஇந்தியாவின் மேற்பகுதியில் கிடைத்துள்ள இரும்புப் பொருள்கள் கிமு 12ஆம் நூற்றாண்டளவைச் சேர்ந்தவை என்பது[122] தெளிவாக உறுதிப்படுத்தப்படின் மேற்குறிப்பிட்ட கருத்து

நன்கு வலுப்பெறும். ஆனால், செம்பு, பொன், வெண்கலம் போன்ற பிற உலோகங்கள் பயன்படுத்தப்பட்டு வந்தன. அயஸ் என்பது செம்பு அல்லது வெண்கலத்தையே இந்தக் காலத்தில் குறித்தது என ஒரு சாரார் கருதுவர். இருக்குவேதம் 'வெண்கலக் கால நூல்' எனத் தீக்ஷித் கருதினார்.[123]

இந்தக் காலத்தில் மக்கள் பெரும்பாலும் கிராமங்களில்தான் வாழ்ந்தனர். வீடுகள் பெரும்பாலும் மண், மரம் முதலியவற்றால் அமைக்கப்பட்டிருந்தன. பொதுமக்கள் பெரும்பாலும் நடந்து சென்றர். மன்னரும், பிற உயர் வர்க்கத்தினரும் தேர், வண்டிகள், குதிரைகள், கழுதைகள் முதலியவற்றைப் பயணத்திற்குப் பயன்படுத்தினர்.

பிந்திய வேதகாலத்தில், பொருளாதாரத் துறையில் மாற்றங்கள் ஏற்பட்டன. ஆரியர் கங்கைச் சமவெளிக்குச் சென்ற பிறகு விவசாயம் நன்கு வளர்ச்சியுற்றது. இரும்பின் பயன்பாடு யஜுர் வேத காலத்தில் திட்டவட்டமாக ஏற்பட்டுவிட்டது. விவசாயப் பெருக்கத்திற்கு இரும்பின் பயன் நன்கு உதவியது. விவசாயக் கருவிகள் செய்வதற்கும், காடுகளை வெட்டி நாடாக்கவும் இது நன்கு துணையாயிருந்தது. பல எருதுகள் பூட்டிய கலப்பை கொண்டு விவசாயம் நடைபெற்றது. அதாவது பெரிய அளவில் விவசாயம் மேற்கொள்ளப்பட்டது. சதபத பிராஹ்மணம் விவசாயத்தின் பல்வேறு நிலைகளைக் குறிப்பிடுகின்றது. நீர்ப் பாய்ச்சுதலும் நடைபெற்றது. கோதுமையுடன் நெல் நன்கு பயிரிடப்பட்டது. கங்கையாற்றின் மேல்கரையிலுள்ள ஹஸ்தினா புரத்தில் நடைபெற்ற அகழ்வாராய்ச்சியின் விளைவாக கிமு 12ஆம் நூற்றாண்டு அளவில் நெற்பயிர்ச் செய்கை, மந்தை வளர்த்தல் முதலியன கங்கைச் சமவெளியின் மேற்குப் பகுதியில் நிலவியது[124] பற்றி இலக்கிய மூலங்கள் குறிப்பிடுவதை உறுதிப்படுத்தக்கூடியதாக இருக்கிறது. மிகவும் நேர்த்தியான மட்பாண்டங் களும், செம்பினாலான அம்பு நுனிகள், இரும்புத் துண்டுகள், கண்ணாடியாலான காப்புகள், மண்ணாலான எருது உருவங்கள், எலும்பினாலான ஊசிகள், குதிரை, பன்றி, ஆடு, மாடு ஆகியவற்றின் எலும்புகள், எரிந்த அரிசி முதலியனவும் வெளிப் படுத்தப்பட்டுள்ளன.

மக்கள் பொருளியலின் முக்கியத்துவத்தை நன்கு உணர்ந் திருந்தமை உபநிஷதங்களாலும் புலப்படும். இதை வைதிகக் கல்வி முடிவில் குரு சிஷ்யனுக்கு அளிக்கும் அறிவுரையில் 'நன்மையைப் புறக்கணியாதே. பொருள் வளத்தை (பூத்யை)ப் புறக்கணியாதே' எனக் கூறுவதிலிருந்து (தைஉ 1-2-1) உணரலாம். மேலும் இதே உபநிஷத்தில் (3. 7-9) உணவினுடைய முக்கியத்துவம் பற்றி நன்கு வற்புறுத்துகையில் 'அன்னத்தை (உணவை) நிந்திக்க வேண்டாம்; இழித்துக் கூற வேண்டாம்; பெருவாரியாக உணவு உற்பத்தி செய்க (அன்னம் பஹுகுர்வீத) இது விரதம் (கடமை)' என வரும் பகுதிகள் நன்கு குறிப்பிடத் தக்கன. மனிதனுக்குத் தேவையான உணவு உற்பத்திப் பெருக்கம் பற்றி வேத காலத்தில் மக்கள் சிந்தித்திருந்தனர். இதற்கு முற்பட்ட ஹரப்பாப் பண்பாட்டிலும் தானிய உற்பத்தியும் சேகரிப்பும் நன்கு கவனிக்கப்பட்டிருந்தமை குறிப்பிடத்தக்கது.

ஹஸ்தினாபுர அகழ்வாராய்ச்சி கிமு 1100-800 வரையுள்ள காலப்பகுதியிலும், இதன் பின்பும் கங்கைச் சமவெளியின் மேற்பகுதியில் வாழ்ந்த மக்களின் பொருளியல் நிலை, உணவுப் பழக்கவழக்கங்கள் பற்றி அறிய உதவுகின்றன. ஏரிக் கட்டுள்ள எருது, எருமை, செம்மறியாடு, பன்றி முதலியவற்றின் எலும்புகள் எரிந்து கருகிக் காணப்படுகின்றன. இவற்றிலுள்ள வெட்டுக்களை நோக்கும்போது, இவை உணவிற்காகக் கொல்லப்பட்டன என்பது தெளிவு. மாட்டிறைச்சி, பன்றி இறைச்சி உண்ணும் பழக்கம் நிலவிப் பின்னர் மறைந்தது. ஏரிக்கட்டுள்ள எருது, எருமை முதலியவற்றின் எலும்புகள் பெருவாரியாகக் கிடைத்துள்ளதை நோக்கும் போது, மந்தை வளர்த்தல் ஒரு முக்கியமான தொழிலாக விளங்கியது என்பது புலனாகும். பெருமளவு விவசாயம் நிலவிய சமூகத்தில் மந்தைகள் முக்கியமான இடம்பெற்றிருந்ததில் வியப்பில்லை. மான்வேட்டையை மிகவும் விரும்பினர். ஏனெனில், இதன் எலும்புகள் எழுத்தாணியும் அலங்கார வேலைப்பாடுள்ள பிற பொருள்களும் செய்வதற்குப் பயன்படுத்தப்பட்டன.[125]

மனிதனுக்குத் தேவையான அறம், பொருள், இன்பமாகிய திரிவர்க்கங்களை வகுத்த போது, இவற்றின் நடுவணதாகப் பொருளை வைத்துப் பொருளியலின் முக்கியத்துவத்தை அந்தக் கால மக்கள் வற்புறுத்தியது குறிப்பிடத்தக்கது. 'எவருக்கும்

இருப்பிடம் அளிக்க வேண்டும். இது விரதம்' எனத் தைத்திரீய உபநிஷத் (3.10) கூறும்.

'ஆதிகால இந்துக்கள் மனித வாழ்க்கைக்கும், சமூக இயக்கத் திற்கும் அடிப்படையாகச் சடப்பொருளின் உண்மைக்கு மதிப்பு அளித்தனர். யஜ்ஞமே ஆரிய சமூகக் கூட்டமைப்பின் (கம்யூன்) கூட்டான உற்பத்தி முறையைக் குறிக்கும். தனிச் சொத்துரிமை, வகுப்புகள், அரசு முதலியவற்றைத் தோற்றுவிப்பதற்கு முன்பு ஆதி ஆரியர் கையாண்ட கூட்டான வழிவகையே யஜ்ஞம்' என எஸ். ஏ. டாங்கே எனும் ஆசிரியர் குறிப்பிட்டுள்ளார்.[126]

இந்தக் காலத்தில் வர்த்தகம் நன்கு வளர்ச்சியுற்றது. உள் நாட்டிலும் வெளிநாடுகளிலும் வர்த்தகர் நடமாடினர். பணம் மிக்க வைசியரை (செட்டிகளை)ப் பற்றிய குறிப்புகள் உள்ளன. 'நிஷ்க' இந்தக் காலத்தில் பெறுமதியுள்ள நாணயமாக இருந் திருக்கலாம். முன்னைய காலத்தில் போலவே மந்தை பெறுமதி உள்ள பொருளாய்க் கணிக்கப்பட்டது. 'புராண' என்ற நாணய வகையும், வேறு சிலவும் இந்தக் காலத்தின் பிற்பகுதியில் புழக்கத்திற்கு வந்துவிட்டன. பண்டமாற்றம் தொடர்ந்து நிலவியது. சந்தைகள், வர்த்தகக் குழுக்கள் பற்றிய குறிப்புகள் வருகின்றன. கடல் மார்க்கமான வர்த்தகமும் ஏற்பட்டுவிட்டது. இந்தியக் கடற்கரையோரங்களில் மட்டுமின்றி, அப்பாலும், ஈழம், தென்கிழக்காசியா, மேற்காசியா போன்ற இடங்களுக்கும் வர்த்தகர் செல்லத் தொடங்கிவிட்டனர்.

தொழில் அடிப்படையிலான சாதிப் பிரிவுகள் பல நிலவின. சிறு கருவித் தொழில்கள் பல நிலவின. உழவன், தச்சன், கொல்லன், குயவன் முதலியோரைக் குறிப்பிடலாம். விவசாயம், வர்த்தகம் வளர்ச்சியடைய நகரங்களும் இந்தக் காலப் பகுதியில் தோன்றின. ஹஸ்தினாபுரம், கம்பில்ய, கௌசாம்பி, பரிச்சக்ர, மிதிலா, சம்பா போன்ற பல நகரங்கள் வடஇந்தியாவில் எழுந்தன.

□

15

பிற்காலம்

வேத காலத்திற்குப் பிறகு ஆரிய நாகரிகம் தொடர்ந்து பிற இடங்களுக்குப் பரவியது. குறிப்பாக, விந்திய மலைக்குத் தெற்கேயுள்ள இந்தியப் பகுதியிலும் வடகிழக்கு இந்தியாவிலுள்ள வங்காளம், அசாம் பகுதிகளிலும் ஆரியர் நாகரிகம் முன்னையிலும் நன்கு பரவலாயிற்று. ஆரியர், ஆரியரல்லாதோர் உறவுகள் மேலும் அதிகரித்தன. புதிய கருத்துகளும் தோன்றின. வேதகால முடிவில்தான் (கிமு 6-5ஆம் நூற்றாண்டுகளில்) ஆரிய நாகரிக மையத்தின்[127] எல்லையில் பௌத்தம், சமணம், ஆஜீவிகம் முதலியன தோன்றி வடஇந்தியாவிலும், பிற இந்தியப் பகுதிகளிலும் பரவின.

மேலும் இதே காலத்தில், (கிமு 6-4ஆம் நூற்றாண்டுகளில்) ஆரிய நாகரிகம், விந்திய மலைக்குத் தெற்கே பரவியதை ஏற்கனவே குறிப்பிட்ட வைதிக சூத்திரங்கள்,[128] இதிஹாஸங்கள்,[129] புராணங்கள்[130] காலத்தால் முந்திய பௌத்த, சமணப் புனித நூல்கள், தொல்லியல் சின்னங்கள் மூலம் ஓரளவு அறியலாம். இதே காலப்பகுதியில் மகத அரசு வளர்ச்சியுற்றது. மகத மன்னரான நந்தரும் (கிமு 4ஆம் நூ), மௌரியரும் (கிமு 4-3ஆம் நூ) தீபகற்ப இந்தியாவின் சிறு பகுதியையோ, பெரும் பகுதியையோ தம் பேரரசுடன் இணைத்து ஆட்சி செய்தனர். குறிப்பாக மௌரியர் காலத்தில் மௌரியப் பேரரசு தமிழ்நாட்டின் வட எல்லை வரை விரிவுற்றது. இதன் விளைவாக, ஏற்கனவே சமய பண்பாட்டு ரீதியில்-வைதிக சமய, பௌத்த, சமண, ஆஜீவிகக் குருமார் மூலமும், பிறர் மூலமும் பரவிவந்த ஆரிய நாகரிகம், அரசியல் ரீதியிலும் தென்னாட்டில் பரவ மேலும்

வாய்ப்புகள் ஏற்பட்டன. ஒரே பேரரசின் பகுதிகளான வடக்குத் தெற்கு இந்தியப் பகுதிகளில் மக்களின் நடமாட்டங்கள் முன்னையிலும் அதிகரித்தன. மௌரியருக்குப் பிறகு தக்கணத்தில் பேரரசு அமைத்த சாதவாஹனர் ஆட்சிக்காலத்தில் (கிமு 3-கிபி 3ஆம் நூ. வரை) வடநாடு, தென்னாட்டுத் தொடர்புகள் முன்னை யிலும் நன்கு ஏற்பட்டன.

ஆரிய நாகரிக மையத்திலிருந்து தெற்கே செல்லச் செல்ல, குறிப்பாகத் தூரதெற்கே வர ஆரிய நாகரிகத் தாக்கம் குறைந்து செல்கின்றது. தென்னிந்தியாவைப் பொறுத்த அளவில் இருவகை யான தடைகள் இருந்தன. புவியியல் நிலைகளால் ஏற்பட்ட தடையொன்று. ஆரியர் தெற்கே வந்தபோதும் திராவிடர் நாகரிகம் நல்ல நிலையில் இருந்தது. மேலும், வடக்கேயிருந்து வந்த ஆரியர் (இவர்களில் ஆரிய நாகரிகத்தை ஏற்ற ஆரியரல்லா தோரும் இருந்தனர்) தொகை தெற்கே இருந்தவர்களைவிட மிகவும் குறைவு. எனவே, இணக்க முறைகள், ஒத்துமேவல்கள் நடைபெற்றன.

தெற்கே ஆரியர் நாகரிகம் பரவினாலும் அதில் ஏற்கனவே, வட இந்தியாவிலிருந்த ஆரியரல்லாதார் நாகரிகக் கூறுகளும் இடம் பெற்றிருந்தன. அவற்றுள் சில தென்னகத்திற்கும் பொது வானவை. போர்வீரர், அரசர், வணிகர், முனிவர், விவசாயிகள், பிராமணர், தொழிலாளிகள், இருஷிகள், பௌத்த, சமண, ஆஜீவிகத் துறவிகள் முதலிய பல்வேறு மூலங்களுக்கு ஊடாக ஆரிய நாகரிகம் தெற்கே பரவியது. காடுகள் மேலும் அழிக்கப் பட்டு, விவசாய விரிவாக்கலும், இருப்பிடங்கள் அமைத்தலும் நடைபெற்றன. முன்னை நாள் அரசுகள் வெல்லப்படுதலோடு புதிய அரசுகளும் தோன்றின. இருஷிகள், துறவிகள் இயற்கை அளித்த இருப்பிடங்களில் வாழ்ந்து தத்தம் கருத்துகளைப் போதித்தனர். ஆரியர், ஆரியர் அல்லாதார் தொடர்புகள் மேலும் அதிகரித்தன. வடநாட்டுக் கருத்துகள் தென்னாட்டிலுள்ள மக்களைக் கவர்ந்தன; குறிப்பாக, மன்னர்களைக் கவர்ந்தன. இந்த முயற்சியில் பிராமணரும் நன்கு ஈடுபட்டனர். 'நாற்பத் தெண்ணாயிரத்தவர்' 'எழுநூற்றுவர்' போன்ற பதங்கள் இவர்கள் அலை அலையாகத் தமிழகத்திற்கு வந்ததைக் குறிப்பன என அறிஞரில் ஒரு சாரார் கொள்ளுவர்.[131]

மஹாபாரதம், இராமாயணம் ஆகிய இதிஹாஸங்களில் குறிப்பிடப்பட்டுள்ள முனிவர், இருஷிகள் ஆசிரமங்களும் கவனிக்கத்தக்கன. எடுத்துக்காட்டாக, இராமாயணத்தில் வரும் தண்டகாரண்யம், பஞ்சவடி முதலியவற்றில் வாழ்ந்த வைதிக சமய முனிவர்களைப் போலப் பலர் தெற்கே வந்து தங்கி, ஆசிரமங்கள் அமைத்து வைதிக சமயக் கோட்பாடுகளைப் பரப்பினர்; வேள்விகள் இயற்றினர். இவர்களுக்கு ஆரியர் அல்லாதார் எதிர்ப்புகள் இருந்ததை அசுரர், இராட்ஷசர் பற்றிய கதைகளால் ஊகிக்கலாம். பௌத்தப் புனித நூல்களில் ஒன்றான சுத்த நிபாதத்தில் வரும் பாவரி என்னும் பிராமண இருஷியின் கதையும் வைதிக சமயிகள் எவ்வாறு தெற்கே சென்று வாழ்ந்தனர் என்பது பற்றி இதிஹாஸங்கள் கூறுவதை உறுதிப்படுத்துகின்றது.

மேலும், அகத்தியர், பரசுராமர் பற்றிய கதைகளும் ஆரிய நாகரிகம் தெற்கே பரவிய முறையை உருவகமாகவும், மறை முகமாகவும் குறிப்பிடுகின்றன. அகத்தியர் பற்றி ஏற்கனவே குறிப்பிடப்பட்டிருந்தாலும் அவர் தமிழை வளர்த்தமை, பாண்டியரின் குலகுருவாக விளங்கியமை பற்றிய கதைகளும் மனம் கொள்ளத்தக்கன.

ஆரியர் எவ்வாறு ஆரியரல்லாத மக்களை இணக்கப்படுத்த முயன்றனர் என்பதையும் இந்தக் கதைகள் காட்டுகின்றன. மேலும், அகத்தியரின் தொடர்புள்ள இடங்களும் மரபுகளும் இந்தியாவின் பல்வேறு இடங்களிலும், வெளியே இலங்கை, தென்கிழக்காசிய நாடுகளிலும் பல அறியப்படுகின்றன. இவற்றின் மூலம் அகத்தியர் எனும் பெயர் ஒரு குடும்பப் பெயராக இருந்திருக்கலாம் அல்லது இந்தப் பெயருள்ள பலர் வாழ்ந்தனர் எனக் கொள்ளலாம். பொதுப்பட நோக்கும் போது, அகத்தியர் ஆரிய நாகரிகப் பிரதிநிதியாக மிளிர்வதை அவதானிக்கலாம். பரசுராமர் பற்றிய கதைகளில் ஒன்று சேரநாட்டின் (தற்போதைய கேரளத்தின்) தோற்றம் பற்றியதாகும். இந்தப் பகுதியில் ஆரியர் நாகரிகம் பரவியதை இதுவும் எடுத்துக்காட்டும். வட இந்தியாவில் போல ஆரிய நாகரிகத் தாக்கம் தெற்கேயும் பல நூற்றாண்டுகளாக ஏற்பட்டது. ஆனால் வடஇந்தியாவில் போல இதன் பாதிப்பு இந்தப் பகுதியில் நன்கு ஏற்படவில்லை.

கிமு நான்காம் நூற்றாண்டளவில் வாழ்ந்த காத்யாயன என்ற வடமொழி இலக்கண ஆசிரியர் சேர, சோழ, பாண்டிய நாடுகளைப் பற்றிக் குறிப்பிடுகிறார்.[132] மேலும், பெருமளவு இதே காலத்தைச் சேர்ந்த மெகஸ்தெனீஸ் எனும் கிரேக்க ஆசிரியர் பாண்டிநாடு பற்றிக் குறிப்பிட்டுள்ளார். எனவே, இந்தக் காலகட்டத்தில் அல்லது இதற்கு முன்னரே ஆரியர் தென்னந்தம் வரை அறிந்துவிட்டனர். நந்த (கிமு 4ஆம் நூ), மௌரிய (கிமு 4-2-ஆம் நூ. வரை), சாதவாஹன (கிமு 3-கிபி 3 நூ. வரை) பேரரசுகள் வளர்ச்சியோடு வடஇந்திய, தென்னிந்திய உறவுகள் மேலும் அதிகரித்தன. இந்திய ஒருமைப்பாடு குறிப்பாகச் சமய பண்பாட்டு ரீதியில் ஏற்படலாயிற்று.

வடநாட்டைவிடத் தீபகற்ப இந்தியாவில் ஆரியர் பல வழிகளில் இணக்கமுறைகளைப் பின்பற்றியதை நோக்கும் போது தென்னகம் ஆரியமயமானது என்பதைவிட இந்துமயமாயிற்று[133] எனப் பேராசிரியர் ஆர். என். தண்டேகர் கூறியிருப்பது கவனிக்கத் தக்கது. தென்னக மக்கள் ஆரியரின் தெய்வங்களைவிட சமய சமூக நெறியான வர்ணாஸ்ரம தர்மத்தையே பெரிதும் ஏற்றனர். தெற்கே எதிர்ப்புகள் நிலவி வந்தாலும் அவற்றை ஒழிக்க வில்லை. தென்னாட்டுப் பழக்க வழக்கங்கள், சமய வழிபாட்டு முறைகளை அவர்கள் பொதுவாக அழிக்கவில்லை.[134]

ஆனால் அவற்றைப் பொதுவாக ஏற்று வைதிகமரபு மெருகிட்டு அவற்றிற்கு வைதிக சமய, சமூகவியல் இயல்புகளில் இடம் அளித்தனர். இருசாராரும் கருத்துகளைப் பரிமாறிக்கொண்டனர். எடுத்துக்காட்டாக, சுத்தபக்தி—இறைவனிடம் கொள்ளும் தூய்மையான பற்று—இந்தியாவிற்குத் தென்னகம் அளித்த பெரும் கொடைகளில் ஒன்றாகும். பக்தி திராவிட நாட்டில் தோன்றி, மஹாராஷ்டிரத்திற்குப் பரவி, அங்கிருந்து மதுராவை அடுத்துள்ள கங்கை- யமுனைப் பள்ளத்தாக்கிற்குப் பரவிற்று எனப் பத்ம புராணம் கூறும்.[135] தென்னிந்தியாவில், ஆரிய நாகரிகத் திற்குப் புறம்பான ஐயனார், மாரியம்மன் போன்ற பல தெய்வங்கள் பழைய முறைப்படியும், வைதிக சமய மெருகுடனும் இன்றும் வணங்கப்படுகின்றனர். கிராமப் பகுதிகளில் வைதிக சமயக் கிரியைகளுடன் முற்பட்ட காலச் சடங்குகளும், வாத்தியங்களும் இடம்பெறுகின்றன. எடுத்துக்காட்டாக, சில வாத்தியங்கள்,

பொங்கல், வேள்விகள் முதலியன குறிப்பிடத்தக்கன. ஆரிய நாகரிகச் சார்பற்ற தைப் பொங்கல், கார்த்திகை தீபம் முதலிய விழாக்கள் புதுமெருகுடன் தொடர்ந்து நிலவுகின்றன.

பிற்கால வைதிக சமயப் பிரிவுகளான, காணபத்யம், கௌமாரம், சைவம், வைஷ்ணவம், சாக்தம், சௌரம் ஆகியவற்றில் ஆரியர், ஆரியரல்லாதோர்-திராவிடர், ஆதி ஒஸ்ரலோயிட் முதலிய மக்களின் கருத்துகள் எந்த அளவிற்குச் சங்கமித்துப் படிந்துள்ளன என்பதை ஓரளவாவது அறியலாம்.[136]

வைதிக சமயச் செல்வாக்கு வளர்ச்சியடைய, ஆரிய நாகரிகத்திற்குப் புறம்பான அரச மரபுகளில் பல பிற்காலத்தில் வைதிக இருஷிகள் அல்லது இதிஹாஸ வீரர் அல்லது சந்திரன், சூரியன், அக்கினி குலங்களிலிருந்துதாம் தோன்றின எனப் பெருமைப்பட்டன. எடுத்துக்காட்டாக, தமிழகத்தை ஆண்ட முடியுடை வேந்தரான பாண்டியர், சோழர், சேரர் ஆகியோரைக் குறிப்பிடலாம். தென்னகத்தில் ஏற்கனவே நிலவிய சமூகப் பிரிவுகளும், ஆரிய வர்ணப் பிரிவுகளும் ஒன்று சேர்ந்து பிற்காலத் தென்னிந்திய சமூகப் பிரிவுகள் தோன்றக் காரணமாய் இருந்திருக்கலாம்.

வேதகால வடமொழி, இதிஹாஸ வடமொழி, பிற்கால வடமொழி (கிளாசிகல் சான்ஸ்கிரிட்) என வடமொழியின் நிலைகளை மூன்றாகப் பிரிக்கலாம். பிற்கால வடமொழிக்கே பெரும்பாலும், கிமு 6-5ஆம் நூற்றாண்டளவில் வாழ்ந்த பாணினி இலக்கணம் வகுத்தவர்.

இந்த மொழி தொடர்ந்து தற்காலம்வரை இந்தியாவின் பண்பாட்டு மொழியாகவும், இந்துக்களின் புனித மொழியாகவும் இலங்கி வந்துள்ளது. இதை ஒருகாலத்தில் புறக்கணித்த பௌத்தர், சமணர்கூட இதைப் பின்னர் பயன்படுத்தினர். இந்தியாவின் எந்தப் பகுதியிலும் வாழ்ந்த மன்னரும் இதற்கு ஆதரவு நல்கினர்.

இந்தியாவின் இணைப்பு மொழியாக, பொது மொழியாக, அறிவியல் மொழியாக அண்மைக் காலம் வரை இது நிலவி வந்துள்ளது. மேலும் இந்தியப் பண்பாடு பரவிய ஈழம், தென் கிழக்கு ஆசியா, மத்திய ஆசியா முதலிய நாடுகளிலும் மதிப்புள்ள இடத்தை வடமொழி பெற்றிருந்தது.

இந்தியாவில் ஆரியரின் மிகக் குறிப்பிடத்தக்க தொண்டுகள் சமூக நிறுவனங்களிலும் சமயத்திலுமே காணப்படுகின்றன. இந்தியர் வாழ்வின் பல்வேறு நிறுவனங்கள்-குறிப்பாக, இந்து சமயத் தொடக்கத்தைப் பலர் ஆரியர் வருகையிலிருந்துதான் எடுத்துக் கூறுவர். வடமொழி, சாதிமுறையில் அமைந்த சமூகம், சமய வேள்வி, உபநிஷத் தத்துவம் முதலியனவும் ஆரியரின் தொண்டுகள் என்பர்; விவசாயத்திற்காகப் பெருந் தொகையாகப் பல காடுகளை அழித்து நிலத்தைப் பண்படுத்தினர். அவர்களின் தொண்டுகள் தொடர்ந்து வளர்ந்த தாலோ, அவற்றிற்கு எதிராகத் தோன்றிய இயக்கங்களாலோ, மேலும் வளர்ச்சிகள் தோன்றின [137]

எனப் பேராசிரியர் ரொமிலா தாபர் ஆரியரின் தொண்டுகள் பற்றிக் குறிப்பிட்டுள்ளார். ஆனால், மேற்குறிப்பிட்டவற்றுக்கு ஆரியர் மட்டுமன்றித் திராவிடரும் பிறரும் நன்கு பணியாற்றியுள்ளனர் என்பதும் மனம்கொள்ளத்தக்கது.

ஆரியர், ஆரியரல்லாதோர் (திராவிட, ஆதி ஒஸ்ரலோயிட் முதலிய பிற) பண்பாட்டுத் தொடர்புகள் பன்னெடுங்காலமாக ஏற்பட்டு, ஒன்றோடொன்று பல வழிகளில் பின்னிப் பிணைந்துவிட்டன. இதனால், எவர் எந்த அளவிற்கு இந்தியப் பண்பாட்டிற்கு அருந்தொண்டாற்றினர் என முடிவாகக் கூறுதல் எளிதன்று[138]

எனப் பேராசிரியர் கே. கே. பிள்ளை அவர்கள் கூறியிருப்பது குறிப்பிடத்தகுந்தது. அவ்வாறாயினும், இன்றைய நிலையில் ஓரளவு பொதுப்படக் கூறலாம்.

□

குறிப்புகள்

1. Basham A. L. *Studies on Indian History and Culture.* Calcutta, 1964, p. 21.

2. ஆரியர் வருமுன்னரே திராவிடரும், அவர்களுக்குமுன் ஆதி ஒஸ்ரலோயிட் மக்களும் அவர்களுக்குமுன் நெக்கிட்டோக்களும் வந்துவிட்டனர்.

    i. Grierson G. *Linguistic Survey of India,* Vols. I-XI, Calcutta, 1903-1922.

    ii. Majumdar R. C. (Ed.), *The Vedic Age*, Bombay, 1965, pp. 146-167.

3. i. Gordon Childe, *The Aryans,* Kennikat Press, 1970, pp. 208-212.

    ii. Kosambi D. D. *The Culture and Civilization of Ancient India in Historical Outline,* London, 1965, p. 76.

4. Chatterji S. K. *Indo-Aryan and Hindi*, Culcutta, 1960, pp. 2-3.

5. Monier Williams, *Sanskrit-English Dictionary,* Oxford, 1951, p. 152.

6. Majumdar R. C. (Ed.) op.cit., p. 145.

7. Majumdar R. C. (Ed.), Ibid., pp. 220-221.

8. Ibid., p. 221.

9. i. Marshall, Sir John, *Mohenjodaro and the Indus Civilization*, Vols. I-III, London, 1931.

    ii. Wheeler Mortimer, *The Indus Civilization*, Cambridge, 1960, pp. 90 ff.

    iii. Basham A. L. *Wonder that was India,* London, 1954, p. 24.

10. Burrow T., *The Sanskrit Language,* Revised Edition, London, 1973, p. 24.

[11] Gordon Childe, Op. cit., pp. 13, 91-93.

[12] Ibid., p. 91.

[13] Ibid., p. 91.

[14] Piggot, Stuart, *Prehistoric India*, Great Britain, 1961, p. 276.

[15] i. Gordon Child, *Op.cit.*

ii. Chatterji, S. K., *Indo-Aryan and Hindi*, Calcutta, 1960, pp. 10-15.

[16] Bailey H. W., *Veda and Avesta*, UCR, XV, 1 & 2, 1957. pp. 23-35.

[17] i. Ghosh Nagendra Nath, *The Aryan Trail in Iran and India*, Calcutta, 1937.

ii. Majumdar. R. C. (Ed.) Op.cit., Ch. xi.

[18] பொதுவாக, 'சதம்' எனும் பதம் ஆசியாவிலுள்ள ஆரிய மொழி களிலும், 'கென்ரும்' எனும் பதம் ஐரோப்பாவிலுள்ள ஆரிய மொழி களிலும் நூறு என்ற எண்ணைக் குறிக்கும். *ச*, *க*-வாக மாறுதல் குறிப்பிடத்தக்கது. ஸ்டூவர்ட் பிக்கோட், Op. cit., pp. 245 ff.

[19] Burrow T. Op. cit., p. 7.

[20] i. Dandekar R. N., *Presidental Address, Proceedings of the Indian Historical Congress*, 1947.

ii. Dandekar R. N., UCR, XII. i, 1954, pp. 14-15.

[21] Robert Shafer, *Ethnography of Ancient India*, Harrasowitz, 1954.

[22] Tilak B. G. *The Orion*, Bombay, 1893.

[23] i. Rapson E .J. (Ed.), *Cambridge History of India.*

Vol. I, Cambridge, 1935. pp. 69-70.

ii. Gordon Childe, Op. cit., pp. 138-158.

[24] i. Gordon Childe, Ibid., pp. 158-182.

ii. Majumdar R. C. (Ed.), Op.cit., p.213.

[25] i. Gordon Childe, Op. cit., pp.183-206.

ii. Majumdar R. C. (Ed.), Op.cit., p.27.

iii. *The Cultural Heritage of India*, Vol. i, Calcutta. 1958, p. 143.

26. Majumdar R. C. (Ed.), Op. cit., p. 214.
27. Majumdar R. C. (Ed.), Op. cit., p. 215.
28. Chatterji S. K. Op.cit., pp. 11-14
29. Ibid. pp. 13-14.
30. Burrow T., *Sanskrit Language*, Second Impression, London. pp. 30-31
31. Subbarao B., *The Personality of India*, Baroda, 1958, pp. 97-98.
32. விவசாய சமூகத்தில் மந்தை முக்கியமான இடம்பெற்றிருந்தது. இந்தோ-ஐரோப்பிய மரபில் போர்வீரர் குழு எனில் 'பசுக்களைத் தேடிச் செல்வோர் கூட்டம்' எனவும், 'பாதுகாப்பு அளித்தல்' எனில் பசுக்களைப் பாதுகாத்தல் எனவும் பொருள்படும் பதங்கள் உள்ளன. Piggot S., Op. cit. pp. 263-267.
33. i. Piggot S. Op. cit., pp. 266-267.

    ii. Bridget and Raymond Allchin, T*he Dawn of Indian Civilization*, Great Britain. 1968, pp. 144-145.
34. Bridget and Raymond Allchin, Op.cit., p. 145.
35. Piggot Stuart, Op.cit., p. 249.
36. i. Piggot Stuart, Op.cit., p. 250.

    ii. *Cultural Heritage of India,* Vol. 1, Calcutta, 1958.
37. i. Piggot Stuart. Op. cit., p. 250

    ii. Gurney O. R. *The Hittites,* Great Britain, 1962. p. 105.
38. i. Piggot Stuart, Op. cit., p. 251.

    ii. Gordon Childe, Op. cit, pp. 18-19. மேலும், மித்தானியர் இடையில் மரியன்ன எனும் வீரர்கள் இந்தக் காலத்தில் இருந்தனர். இந்தச் சொல் வீரரைக் குறிக்கும் மர்யா எனும் வடமொழிப் பதத்தை நினைவூட்டுகிறது.

    iii. Gurney, O. R. Op. cit., p. 124-125.
39. Burrow T. *Sanskrit Language,* London, 1973, p. 41.
40. Burrow T. Ibid.

[41] Wheeler M. Op.cit., pp. 90-92.

[42] Wheeler M. Op.cit., p. 93.

[43] Bridget and Raymond Allchin, Op.cit., p. 140.

[44] i. Wheeler M. Op. cit., pp. 43-45

ii. Piggot Stuart, Op. cit., pp. 174-175; 226-227

iii. Bridget and Raymond Allchin, Op. cit., p. 145-147 etc.

[45] Hine Geldern R. *The coming of the Aryans and the end of Harappa Civilization*, Man, Vol.56, 1956. pp. 136-140.

[46] வெயர் சேர்விஸ் எனும் அறிஞரும் மேற்குறிப்பிட்ட கருத்தையே கொண்டுள்ளார். Fair Servis, W.A., *The Chronology of the Harappan Civilization and the Aryan Invasions*, Man, Vol. 56, 1956, pp. 153-156.

[47] Majumdar R.C. (Ed.) Op. cit., pp. 197-198.

[48] Subbarao B. Op. cit., p. 98.

[49] i. Lal B. B. Excavation and Hastinapura and other explorations in the Upper Ganga and Sutlej Basins. *Ancient India*. No. 10-11, New Delhi. 1954, p. 147. இவர் இந்த மட்பாண்டங்களின் காலம் கிமு 1500-600 வரை என்பர். மேலது. ப. 151

ii. Bridget & Raymond Allchin, Op. cit., pp. 210-218.

[50] i. Lal. B. B. Further Copper Hoards from the Gangetic Basin, *Ancient India*, No.7, 1951

ii. Bridget and Raymond Allchin, Op. cit., pp. 200-206.

[51] Burrow, T. Op, cit., p. 32.

[52] Basham A.L. Op.cit. pp. 29-30.

[53] Chatterji S.K. Indo-Aryan & Hindi, Calcutta, 1960, p. 17.

[54] Keith A.B. *Home of the Indo-Europeans,* Oriental Studies in honour of Gursetji Erachji Pavry, OUP, 1933.

[55] Wheeler M. Op. cit., p. 92.

[56] Burrow T. Op. cit., p. 32

[57] Gordon D.H. *Pre-historic Background of Indian Culture*, Luzac, 1958.

[58] *Vide,* Footnote No. 45.

[59] *Vide,* Footnote No. 46.

[60] Sankalia H.D. 'New Light on the Indo-Iranian or Western Asiatic Relations between 1700 BC-1200 BC', *Artibus Asiae,* xxvi 3/4, MCML, xiii, pp. 312-322.

[61] Jacquetta Hawkes and Sir Leonard Woolly, *Prehistory of Mankind-Culture and Scientific Development.* Vol. 1. Pre-history and Beginnings of Civilization. London, 1963, p. 406.

[62] Ghirshman R. *Iran. Great Britain.* 1961, p. 76.

[63] Chatterji S.K. Op. cit., p. 18-19.

[64] Burrow T., Op. cit., p. 33.

[65] Shende J. N. *Foundation of the Atharvanic Civilization,* Poona, 1949.

[66] Radhakrishnan S. (Ed.& Tr.) *Upanisads,* London, 1953, p. 20.

[67] Majumdar R.C. *Ancient India,* Banaras, 1952, pp. 87-88.

[68] i. MaxMuller, *History of Ancient Sanskrit Literature,* 1860.

ii. Winternitz M. *History of Indian Literature,* Vol. 1, Tr. by Mrs. S. Ketkar, Calcutta, 1927, pp. 292-293.

[69] Winternitz M. Ibid., pp. 291 ff.

[70] Rapson E. J. (Ed.), Op. cit., p. 112.

[71] Basham A.L. Op. cit., pp. 31 ff.

[72] Piggot Stuart, Op. cit., p. 255.

[73] Burrow T. Op.cit., p. 35.

[74] Lal B. B. Op.cit., p. 149.

[75] Dange S. A. *India from Primitive Communism to Slavery,* Bombay, 1949, p. 48.

[76] Raychauduri H.C. *Political History of Ancient India*, Calcutta, 1950. p. 9.

[77] Majumdar R. C. (Ed.), *The Vedic Age*, Bombay, 1965. p. 248.

[78] Majumdar R.C. Ibid., p. 254.

[79] i. Bhandarkar D. R. a. *Aryan Immigration into Eastern India*, Annals of the Bhandarkar Oriental Institute, No. 12, 1931, pp. 103-116.

b. *Lectures of the Ancient History of Indian Culture*, Culcutta. 1919.

ii. Raychaudhuri H. C. *Studies in Indian Antiquities,* Calcutta, 1932.

iii. Chatterji S. K. *Place of Assam in the History and Civilization of India*, Gauhati, 1955.

[80] Majumdar R. C. (Ed.), Op. cit., pp. 256-266.

[81] Majumdar R. C. (Ed.), Op. cit, pp. 261-266.

[82] *Aitareya Brahmana,* vii. 18.

[83] Nilakanta Sastri K. A. *A History of South India, Oxford*, 1966, p. 72.

[84] Dipavamsa. Ch. 9-11, Mahavamsa, Ch.6-11.

[85] Panikkar K. M. *Geographical Factors in Indian History,* Bombay, 1955, p. 25.

[86] i. Majumdar R.C. *Corporate Life in Ancient india,* Calcutta, 1922, pp. 214-221.

ii. Majumdar R. C. (Ed.), *The Vedic Age, Bombay.* 1965, p. 355.

[87] a. Majumdar R. C. Ibid.

b. Bhargava P. L. *India in the Vedic Age*, Lucknow, 1956, pp. 139-140.

[88] Rapson E. J. (Ed.) Op. cit., p. 96.

[89] Altekar A. S. *State and Government in Ancient India*, Delhi, 1962, p. 161 ff.

[90] Majumdar R. C. (Ed.), Op. cit., pp. 356-357.

[91] Majumdar R.K. *Military System in Ancient India,* Calcutta, 1956.

92. Singh S. D. *Ancient Indian Warfare with Special Reference to the Vedic Period,* Leiden, 1965, p. 168.

93. Majumdar R. C. *Ancient India,* Banaras, 1952, pp. 76-77.

94. Majumdar R. C. Ibid., p. 79.

95. *Arthasastra,* 2-6 etc.

96. i. Hastings J., (Ed.), *Encyclopaedia of Religion and Ethics,* Vol. ii, New York, 1909, pp. 12-47.

    ii. Griswold H. D. *Religion of the Veda,* London, 1923.

    iii. Deshmukh P. S. *Origin and Development of Religion in Vedic Literature,* Bombay, 1933.

    iv. Dandekar R. N. *Some aspects of the Vedic Mythology,* UCR, xii-i, 1954. pp. 1-23.

97. Macdonell A. A. *Vedic Mythology,* Delhi, 1963. p. 22.

98. Thapar R. *India,* Great Britain, 1966, p. 44.

99. Winternitz M. Op. cit., p. 125.

100. Shande N. J. *The Mythology of the Yajurveda,* Bombay, 1959.

100அ. Sakuntala Rao Sastri, *Aspirations from a fresh World,* Bombay, 1954, p. 58.

101. என்னுடைய ஆசிரியப் பெருந்தகையும், ஒரிசாவிலுள்ள கேந்திரிய சம்ஸ்கிருத வித்தியாபீட இயக்குநருமான ம. த. பாலசுப்பிர மணியம் அவர்கள் இந்தக் கருத்தை நன்கு வற்புறுத்துவர்.

101அ. Barua B. *Pre Buddhist Indian Philosophy,* 1921.

102. Das Gupta S. *A History of Indian Philosophy,* Vol. I, Cambridge, p. 31.

103. Radhakrishnan S. *A History of Indian Philosophy,* Vol. I, London, 1941, p. 150.

104. Radhakrishnan S., Ibid.

105. கேன உபநிஷத்தில், உமா எனும் பதமே வருகின்றது. இந்தச் சொல் திராவிடச் சொல்லாகவே காணப்படுகிறது. தாய்த் தெய்வத்தைக் குறிக்கும் அம்மன் (அம்மா) என்ற தமிழ்ச் சொல்லைப் போன்றது.

[105அ.] Ratna N., *Karttikeya,* Bombay, 1973, pp. 81-82.

[106] Keith A.B.,*The Religion and Philosophy of the Vedas and Upanisads,* Vol.ii, Oxford, 1925, p. 497.

[107] Das Gupta S., Op.cit., pp. 32-35.

[108] Winternitz M., Op. cit., p. 266.

[109] பிராஹ்மனோஸ்ய முகமாஸீத் பாஹூ ராஜன்யஹ் கிருதஹ் ஊரூ ததஸ்ய யத்வைஷ்யஹ் பத்ப்யாம் சூத்ரோஜாயத (இவே *10-90).*

பிராமணன் அவன் (புருஷன்-சிருஷ்டிகர்த்தா) முகம்; அரசன் புயங்கள்; வைஷ்யன் தொடை; சூத்திரன் அவனுடைய பாதங் களிலிருந்து தோன்றினான்.

[110] Bose A. C. *Call of Vedas, Bombay*, 1960, p. 24-.

[111] Dutt N. K. *Origin and Development of Caste in India,* Vol. i, 1931.

[112] Thapar R. Op. cit., p. 40.

[113] Majumdar R.C., *Ancient India*, Banaras, 1952, pp. 81-86.

[114] Shakuntala Rao Sastri, *Women in the Vedic Age,* Bombay, 1954.

[115] Wijesekera O. H. deA., *A New Interpretation of the Nataraja Concept,* UCR, Vol. v., No. 2. 1947, pp. 50-55.

[116] உயர்ந்த சாதி ஆண்மகன் தன்னிலும் தாழ்ந்த சாதிப் பெண்ணைத் திருமணம் செய்தல் அநுலோமத் திருமணம்; உயர்ந்த சாதிப் பெண்ணைத் தாழ்ந்த சாதி ஆண் திருமணம் செய்தல் பிரதிலோமத் திருமணம்.

[117] Majumdar R.C. *Corporate Life in Ancient India,* Calcutta, 1922. p. 336.

[118] Meghaduta 2.22.

[119] சுப்பிரமணிய சாஸ்திரி பி.எஸ்., வடமொழி இலக்கிய வரலாறு, அண்ணாமலை நகர். *1946.* பக். *204-205.* விப்ரதிபத்திகள் எனில் ஒன்றுக்கொன்று முரணுள்ளவை எனப் பொருள்படும்.

[120] Morgan V. *A History of Money,* Great Britain, 1964. pp. 175-176.

[121] i. Lal. B. B. Op. cit., pp. 11-151.

ii. Singh S. D. Op. cit., p. 170. கிமு *1000* அளவில் இரும்பின் பயன்பாடு ஏற்பட்டது.

iii. Bridget and Raymond Allchin, Op. cit., p. 211.

[122] ஜெய்பூரில் கிமு *1100* அளவைச் சேர்ந்த இரும்பு உருக்குத் தொழில், கொல்வேலை ஆகியவற்றிற்கான சான்றுகள் அகழ் வாய்வின் போது வெளிவந்தன. *Madras Hindu*, September 13, 1975.

[123] i. Diksit, S. K. *An Introduction to Archaeology.*

ii. Childe Gordon, *What happened in History,* Great Britain, 1964, pp. 175-176.

[124] Lal B. B. Op. cit., pp. 11-151

[125] Lal B. B. Op. cit. p. 14.

[126] Dange S. A. Op. cit., Ch. iii-iv.

[127] ஆரியவர்த்தம் ஆரியரின் இருப்பிடம், நாகரிக மையம் எனப் பொருள்படும். இந்தப் பதம் தொடக்கத்தில் கங்கை-யமுனை டுவாப்பையும் பின்னர் பௌதாயன தர்மசூத்திரத்தில் கூறப்பட்டுள்ளவாறு காலகவனம், பாரியாத்திரா, ஆதர்சம், இமயமலை ஆகியவற்றையும் எல்லைகளாகக் கொண்டிருந்த பிரதேசத்தைக் குறித்தது. மனுஸ்மிருதி காலத்தில் இமயம் தொட்டு விந்திய மலைவரையுள்ள வடஇந்தியாவைக் குறித்தது.

[128] சிரௌத, கிருஹ்ய, தர்மசூத்திரங்கள் முதலியனவற்றைக் குறிப்பிடலாம். இவற்றில் வைதிக மரபுகளை ஒட்டிய சடங்குகள் அனைத்தும் சூத்திர வடிவில் கூறப்படுகின்றன.

[129] மஹாபாரதம், இராமாயணம்.

[130] வடமொழியில் *18 மஹாபுராணங்களும்*, *18 உப-புராணங்களும்* உள்ளன. பிரஹ்ம, பத்ம, விஷ்ணு, வாயு, பாகவத, நாரதீய, மார்க்கண்டேய, அக்கினி, பவிஷ்ய, பிரஹ்மவை வர்த்த, வராஹ, லிங்க, ஸ்கந்த, வாமன, கூர்ம, மத்ஸ்ய, கௌட, பிரஹ்மாண்ட புராணங்களே *18 மஹா புராணங்களாம்*.

[131] Pillay K. K. I. *Aryan Influence in Tamilaham in the Sangam Age,* Tamil Culture, Vol. 12, No.2-3. 1966. pp. 159-169.

   ii. 'Proceedings of the First International Conference Seminar of Tamil Studies', Vol. i, Kualalumpur, 1968, p. 273.

[132] i. Srinivas Iyenkar, *History of the Tamils,* Madras, 1920, p. 136.

   ii. Nilakanta Sastri, Op. cit. , pp. 69-70.

[133] *Contribution of South India to the Heritage of India.* Publications Division, Delhi, 1965, 18-19.

[134] Ibid., pp. 18-19.

[135] Ibid., p. 19.

[136] *காணபத்யம்-கணபதியை முழுமுதற் கடவுளாகக் கொண்டுள்ள வழிபாடு. இதுபோலவே முருகப்பெருமான், சிவபிரான், திருமால், சக்தி, சூரியன் ஆகிய கடவுளரை முழுமுதற் கடவுளாகக் கொண்டுள்ள வழிபாடுகள் முறையே கௌமாரம், சைவம், வைஷ்ணவம், சாக்தம், சௌரம் எனக் கூறப்படும்.*

[137] Thapar R. Op. cit., p. 48.

[138] *Contribution of South India to the Heritage of India,* Publications Division, Delhi, 1965, p. 39.

□

ஸ்காந்திநேவியா
ஜெர்மனி
வொல்கா
யூரல்
கோர்க்கிஸ்
செங்கடல்
ஸ்ரெபிஸ்
யாஷட்டாஸ்
கிரஸ்
ஹிட்டைட்ஸ்
எகிப்து
ஊர்
இரானிய
மேட்டு
நிலம்
சிந்து
திபெத்
கங்கை
நைல்
அரேபியா
1. ரேப்சியல்க்
2. ரேப்ஹிஸர்
3. ஷாரோப்
4. அனவ்
5. போகஸ்கோய்
6. கோகஸஸ்
7. சப்தசிந்தவ
8. கைபர் கணவாய்
9. போலன் கணவாய்
10. கங்கேரிச் சமவெளி
11. நீப்பர்
12. சாறிஸ்தான்
13. பித்தனி

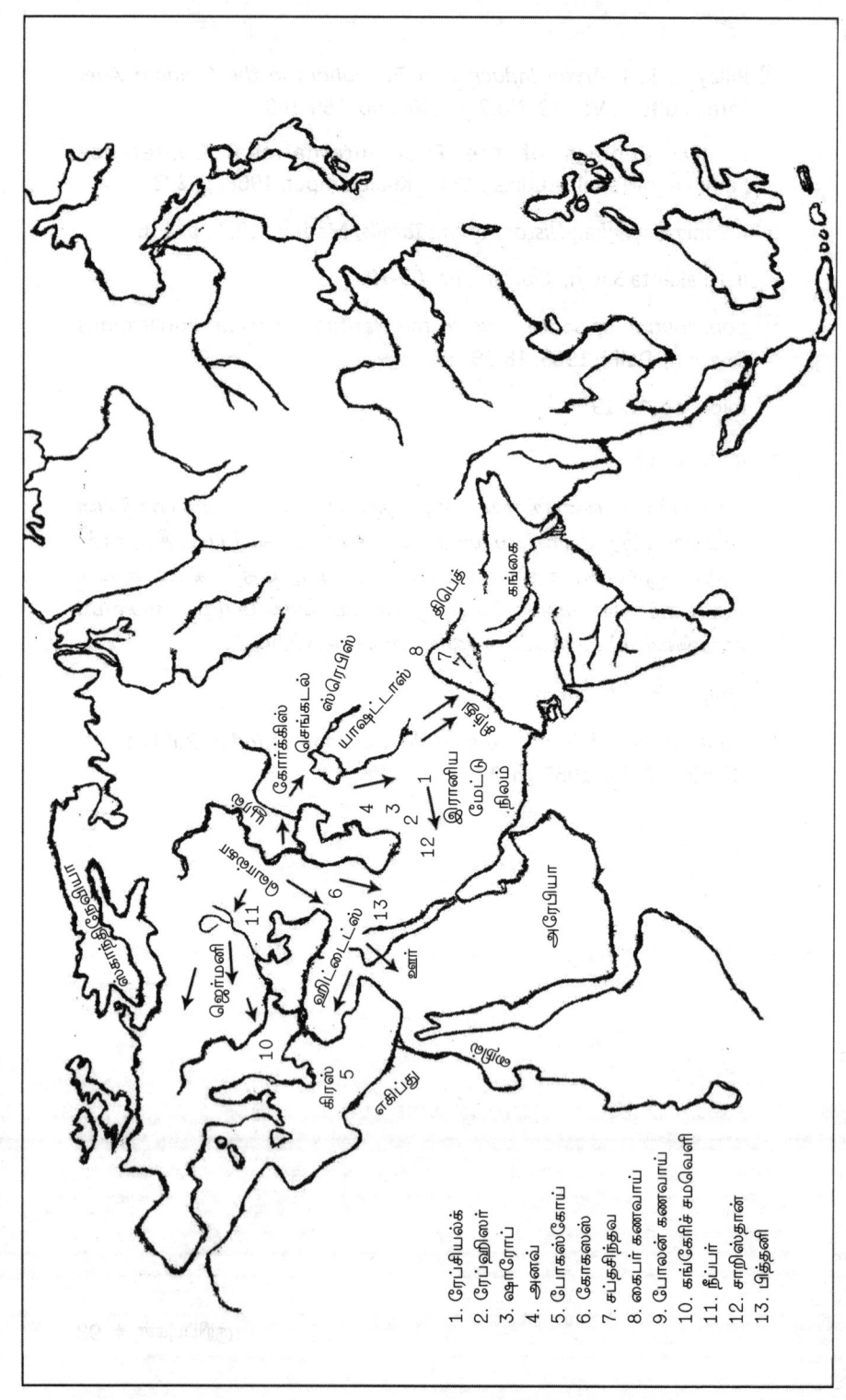

கஸ்மீரி
பஞ்சாபி
பிராகூயி
குர்கு
ஹிந்தி
அஸ்ஸாமீஸ்
ராஜஸ்தானி
பிஹரி
மல்தோ
வங்காளி
குஜராத்தி
மராத்தி
சந்தலி
சேவர
மலையாளம்
சிங்களம்
தமிழ்
முண்டா மொழிகள்
திராவிட மொழிகள்
இந்தோ-ஆரிய மொழிகள்

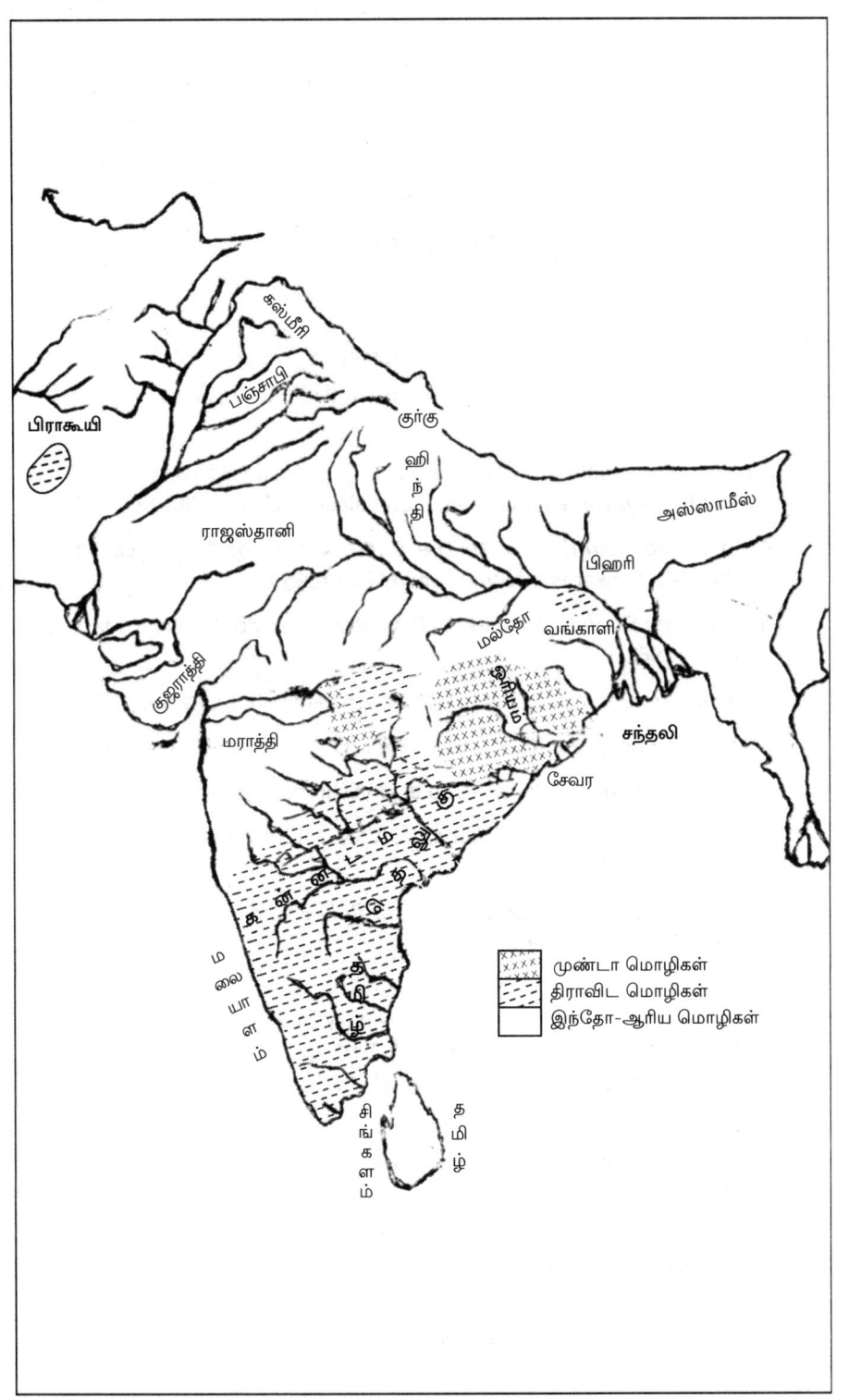

உசாத்துணை

Original Sources

Aitareya Brahmana, *Text with English Translation*, A. B. Keith (Ed.), OUP, 1909.

Aitareya Brahmana with the Commentary of Sayanacarya, Vols. I-IV, Pandit Satyavrata Samasrami, (Ed.) Calcutta, 1894, 1896, 1897.

Atharvaveda Samhita with the Commentary of Sayanacarya, Vols. I-IV, Sankar Pandurang Pandit (Ed.) 1895.

Atharvaveda Samhita, Vols. I-II, W.D. whitney (Tr.) Motilal Banarsidass, Delhi, 1962.

Jaiminiya Brahmana, Raghuvira and Lokesh Candra (Ed.), Nagpur, 1954.

Kathaka Samhita, *Leopold Von Schroeder* (Ed.) Leipzing, 1900-1910.

Maitrayani Samhita, Vols. 5, Leopold von Scbrveder (Ed.). Leipzing.

The Nirukta of Yaska with Nighantu, Vols. I-II R.G. Bhandakar (Ed.), Bombay, 1918, 1948.

Rgveda Brahmanas: Aitareya and Kausitaki Brahmanas, A. B. Keith (Tr.) HOS, XXV, Cambridge Mas, 1920.

Rgveda Samhita with the Commentary of Sayanacarya, Vols. I-IV, Tilak Maharashtra University Vaidic Sam Shodan Mandal, Poona, 1933-1946, R.T.H. Griffith (Tr.) Vols I-II, Second edition, Banaras, Lazarus, 1896.

Satapatha Brahmana, Vols. I-V, Laxmi Venkatesvar Stream Press, Bombay, 1940 Julius Eggling (Tr.), SBE Vols. II, IV, XLI, XLIII, XLIV, Oxford, 1882-1900.

Taittiriya Aranyaka with the Commentary of Sayanacarya, Rejendra Lala Mitra (Ed.), Calcutta, 1892.

Taittiriya Brahmana, Rajendra Lala Mitra (Ed.) Vols. I-II, Biobliotheca Indica series Calcutta, 1859-1862.

Taittiriya Samhita, E. Roer and E.B. Coweli (Ed.) Vols. I-IV, Bibliotheca Indica series, Culcutta, 1860-1899.

Vajasaneji Samhita, Pandit Ram Sokala Misra (Ed.), Parts I-IV, Banaras, R.T.H. Griffith (Tr.) Banaras, 1899.

Principal Upanisads edited with English Translation by S. Radha krishnan, London, 1953.

The Thirteen Principal Upanisads, Tr. by R.E. Hume, London, 1931.

Baudhayana Dahrmasutra, E. Hultzoh (Ed.), Leipzig 1884.

Baudhayana Grhyasutra, R. Shama Sastri (Ed.) Mysore, 1901.

Dictionaries and Other Works

Amarasinha Namalinganusasana with Commentary Edited with English Translation by Har Dutt Sharma and N.G. Sardesai, Poona, 1941.

Apte V. S. *The Students Sanskrit English Dictionary.* Gopal Narayan and Co.1902.

Bloomfield M. *Vedic Concordance,* HOS, Vol. 10, Cambridge Mas, 1905.

Bohtlingh Otto, *Sanskrit Worterbuch,* Vols. I-VII 1906.

Keith A, B, & Macdonell A. *Vedic Index,* Vols, I-II, Indian Texts series, 1912.

Macdonell A. A. *Practical English Dictionary,* OUP, 1924.

Monier Williams, *A Sanskrit English- Dictionary,* Oxford, 1899.

Visvabandhu, *Vaidikapadanukramakosa,* Vol. IX.

V. V. R. Institute Hoshiapur, 1959, Vol. X.

V. V. R. Institute Hoshiapur, 1959.

Secondary Works

Aiyankar K.V.Rangaswami, *Ancient Indian Economic Thought,* Banaras, 1934.

Altekar A. S. i. *Education in Ancient India,* Banares 1944.

ii. *Position of Women in Hindu Civilization Banaras*, 1956.

iii. *State and Government in Ancient India,* Delhi, 1962.

Apte V. M. *Social and Religious life in the Grhya Sutras*, Ahmadabad, 1939.

Beni Prasad I. *The State in ancient India,* Allahabad 1928.

ii. *The Theory of Government in Ancient India*, Allhabad, 1927

Bhargava A. L. *India in the Vedic Age*, Lucknow 1956.

Bhasam A. L. *The Wonder that was India*, London 1967.

Bloomfield M. *The Religion of the Veda*, New york, 1908.

Burrow T. *The Sanskrit Language*, London, 1973.

Childe Gordon, S. *The Aryans,* London, 1970.

Cultural Heritage of India, Vols. I-III, Calcutta, 1958.

Das S. K. *Economic History of Ancient India,* Calcutta, 1925.

Das Gupta, *History of Indian Philosophy*, Vol. I. calcutta, 1923.

Dutt N. K. *Origin and Development of Caste in India*, Vol. I, London, 1931.

Ghosall U.N. *History of Indian Political Ideas*, OUP, 1959.

Keith A. B. *Religion and Philosophy of the Vedas and Upanisads,* Cambridge, Mas, 1925.

Madocnell A. i. *History of Sanskrit Literature.* Delhi, 1961.

ii. *Vedic Mythology,* Strasaburg, 1897.

Majumdar R. C. (Ed.) History and Culture of the Indian People, Vol. I, *The Vedic Age*, London, 1951; Vol. II, The Age of Imperial Unity, Bombay, 1960.

Majumdar R. C. i. *Ancient India*, Delhi, 1964.

ii. *Corporate Life in Ancient India,* Poona, 1922.

Mookerji R. K. i. *Hindu Civilization,* Vols. I-II, Bombay, 1957.

ii. *Fundamental Unity of India*, Bombay, 1954.

iii. *Ancient Indian Education,* London, 1947.

Nilakanta Sasteri K. A. A. *History of South India*, OUP, 1966.

Pandey R. B. *Hindu Samskaras,* Delhi, 1969.

Pargiter P. E. *Ancient Indian Historical Tradition,* Delhi, 1962.

Pathak V. S. *The Ancient Historians of India,* London, 1965.

Philips P. H. (Ed.), *Historians of India, Pakistan and Ceylon,* OUP, 1961.

Prabhu P. H. *Hindu Social Organization,* Bombay, 1961

Rapson E. J. (Ed.), *The Cambridge History of India,* Vol. I, Delhi, 1962.

Raychaudhuri H. C., *Political History of Ancient India,* Calcutta, 1950.

Samaddar J. N. *Economic Condition of Ancient India,* Calcutta, 1922.

Sharma R. S. *Aspects of Political Ideas and Institutions in Ancient India,* Delhi, 1959.

Shakuntala Rao Sastri, *Women in the Vedic Age,* Bombay, 1954.

Wheeler R. E. Mortimer, *The Indus Civilization,* London, 1953.

Winternitz M. *History of Indian Literature,* Vol. I Calcutta, 1927.

□

சுட்டி

அக்கினி மாதரிஷ்வன் 50
அகத்தியர் 80
அதர்வ வேதம் 28, 37, 51
அநட்டோலியா 15
அநுலோமம் 66
அபௌருஷேயம் 30
அம்மன் வணக்கம் 56
அயல் மொழிகள் 5
அல்பேனிய மொழி 11
அறுவகைத் தத்துவம் 60
ஆதி ஆரியர் 7, 15, 18
ஆதி எகிப்தியர் 7
ஆதி ஒஸ்ரலோயிட் 2
ஆதி கிரேக்கர் 53
ஆர்மேனிய மொழி 11
ஆரண்யகங்கள் 54
ஆரிய குழுக்கள் 35
ஆரிய மொழிகள் 5
ஆரியரின் ஆதி இருப்பிடம் 3, 13
ஆரியரின் பரவல் 2
இந்தோ-ஆரியம் 9
இந்தோ-ஈரானியர் 9, 11, 16
இந்தோ-ஐரோப்பியம் 8, 11
இருக்கு வேதம் 4, 9
உபநயனம் 63
உபநிஷத காலம் 53, 66
உபநிஷதங்கள் 29, 54, 58, 69-70
எழுநூற்றுவர் 79
ஐந்திர மஹாபிஷேகம் 45
ஒப்பந்தக் கோட்பாடு 45
கங்கேரி சமவெளி 14
கணராஜ்யங்கள் 45
கல்வியின் வகைகள் 69-70
காத்யாயன 81
கார்பன் 14 முறை 21
காளிதாஸர் 69
கிர்ஷ்மன், ஆர். 25
கிரீஸ் 19
கிருஹஸ்தம் 67
கிரேக்கம் 11
கீத், ஏ. பி. 24, 43
குர்க்கன் 15
கெல்ரிக் 12
கென்ரு 11, 13
கேத்திர கணிதம் 71
கோர்த்திஸ் புல்வெளி 16
கைல்ஸ் 14
கோர்டன், டி. எச். 24
சட்டர்ஜி, சுநீதிகுமார் 1, 23, 25
சதபத பிராஹ்மணம் 44, 75
சதம் 11, 13
சப்த சிந்து 3

சபா 46
சம்ஹிதை காலம் 31
சமிதி 46
சரஸ்வதி 34, 36
சாண்டில்யர் 55
சாந்தோக்கியம் 56
சிந்து நதி 34
சிம்மர் 42
சிலாவோனிய மொழி 11
சுராபானம் 65
சூஃபிசம் 60
டென்ஸ்ரென், பிரான் 16
தண்டேகர், ஆர். என். 14, 81
தந்தைவழிச் சமூகம் 61
தாபர், ரோமிலா 83
தாஸ்யுக்கள் 37
திராவிடர் 7
திரிவர்க்கம் 67, 76
தீ வணக்கம் 52
துவிஜர் 63
தெய்வங்கள் 19, 21, 48, 52, 56-7
தென்ரூசியா 16, 18
தேவர் 48
தேவிகா பிரதேசம் 3
தொல்லியலாளர்கள் 24
தோக்கேரியன் 12
நாற்பத்தெண்ணாயிரத்தவர் 79
நோர்டிக் 2, 15
பத்துமன்னர் 42
பமீர்-பக்ரியப் பகுதி 13
பர்ரொவ், தாமஸ் 16, 20, 24, 27, 32
பரசுராமர் 80
பரத மக்கள் 35
பாஷம், ஏ. எல். 32

பாரதம் 35
பாரதவர்ஷம் 35
பார்ஷ்வர் 32
பாலகங்காதர திலகர் 14
பாலசுப்பிரமணியம், ம.த. 8
பிக்கோட், ஸ்ருவர்ட் 32
பிந்திய ஆரண்யகங்கள் 31
பிந்திய வேதகாலம் 31
பிரதிலோமம் 66
பிரமச்சரியம் 67
பிரமரிஷி 66
பிரஹ்மர்ஷி தேசம் 3
பிராஹ்மணம் 68
பிள்ளை, கே. கே. 83
புசல்கார் 21
பொதுத் தெய்வங்கள் 9
போல்விக் மொழி 11
மட்பாண்டங்கள் 22
மத்துவர் 60
மந்திர காலம் 31
மறைஞானம் 60
மன்றங்கள் 43
மஜூம்தார், ஆர். சி. 45
மஜூம்தார், பி. கே. 43, 45
மாக்ஸ்முல்லர் 13, 32, 49
மிலேச்சர் 38
முத்தீ 51
மெசொப்பொத்தேமியா 19
மொழிக் குடும்பம் 7
மொஹெஞ்சதாரோ 21
யஜமானன் 51
யஜூர் வேதம் 52
யாஞ்ஞவல்க்யர் 55, 58
யாதவர் 38

யாஸ்கர் 49
யூரல் மலை 8
ராமச்சந்திரன், டி. என். 21
ராமானுஜர் 60
ராஜன் 41
ரிக் வேதம் 49, 63
ரிப்பொல்ஜி 15
ரிஷிகள் 28
லத்தீன் 12
லால், பி. பி. 22
வடமொழி 5
வடமொழியின் வகைகள் 82
வர்ணம் 62, 66
விந்திய மலை 36, 38
விஸ்வே தேவா 49
வீலர், மார்ட்டிமர் 20
லூலி, சேர்லியனாட் 24
வெண்கலக் கால நூல் 75
வெண்கலக் கருவிகள் 22

வேத இலக்கியம் 28
வேத சம்ஹிதைகள் 32
வேதகாலச் சமயம் 48
வேதகாலச் சமூகம் 61
வேதகாலத் தத்துவம் 48
வேதங்கள் 51, 28, 68
வேதாங்கங்கள் 30
வேள்வி 50
வைதிகப் பிரிவுகள் 82
ஐங்கர் பண்பாடு 21
ஔகர் கலாச்சாரம் 21
ஜெர்மானியம் 12
ஸ்டெப்பி 18
ஸோப்பநோர் 30
ஷத்திரிய வித்யா 59
ஷென்டே, ஜெ. என். 29
ஹரப்பா 21, 26
ஹரப்பாப் பண்பாடு 20
ஹிட்டைட் 12, 16, 74